AF518535

INSIGHT PUBLICA®

INSIGHT PUBLICA®
Nadakkavu, Kozhikode, Kerala
www.insightpublica.com
e-mail: insightpublica@gmail.com

Orumikkam Ormakalkkoppam

Unnikrishnan PA

(Malayalam)
First Edition: November 2021

ISBN 978-93-5517-069-9
Cover Illustration: Ragesh Paleri
Printed and Published by
Insightinpublica Printers & Publishers Pvt. Ltd.

ഒരുമിക്കാം ഓർമ്മകൾക്കൊപ്പം

ഓർമ്മക്കുറിപ്പുകളുടെ സമാഹാരം

ഉണ്ണികൃഷ്ണൻ പി എ

INSIGHT PUBLICA®

കാസർഗോഡ് ജില്ലയിലെ പുത്തിലോട്ട് 1957 ൽ ജനനം. അച്ഛൻ പി എ ശങ്കരൻ നമ്പൂതിരി. അമ്മ സാവിത്രി അന്തർജനം. കടത്തനാട് രാജാസ് ഹൈസ്കൂൾ, മടപ്പള്ളി ഗവൺമെൻറ് കോളേജ്, കാഞ്ഞങ്ങാട് നെഹ്റു ആർട്സ് ആൻഡ് സയൻസ് കോളേജ് എന്നിവിടങ്ങളിൽ പഠനം. ചരിത്രത്തിലും സാമ്പത്തികശാസ്ത്രത്തിലും ബിരുദം. ഇംഗ്ലീഷ് സാഹിത്യത്തിൽ ബിരുദാനന്തര ബിരുദം. ജേർണലിസത്തിൽ പി ജി ഡിപ്ലോമ. അധ്യാപനം, മാർക്കറ്റിങ്ങ്, അഡ്വർടൈസിംഗ് മേഖലകളിൽ പ്രവർത്തിച്ചു.ടി കെ സി ഗ്രൂപ്പിൽ കോപ്പിറൈറ്റർ ആയിരിക്കെ ചെയ്ത പരസ്യ ക്യാപ്ഷനുകൾക്ക് പെപ്പർ, ഫുക്ക, കെ ത്രി എ പുരസ്കാരങ്ങൾ ലഭിച്ചു. ഇപ്പോൾ ഫ്രീലാൻസ് കോപ്പി റൈറ്റർ. ആദ്യ രചന: 'ഇടം കൈ വലം കൈയ്യോട് പറഞ്ഞത്' (ഓട്ടോപതോഗ്രഫി)

ഭാര്യ	:	ഗിരിജ (അധ്യാപിക)
മകൻ	:	ഉദയ്ശങ്കർ
മരുമകൾ	:	പാർവ്വതി
പേരമകൾ	:	നിർഝര ശങ്കർ
വിലാസം	:	നൈമിശാരണ്യം ചേടിറോഡ് ഉപ്പിലിക്കൈ പി.ഒ നീലേശ്വരം - 671314 കാസർഗോഡ് ജില്ല
ഫോൺ	:	9446438433
E Mail	:	paunnikrishnan3@gmail.com

ഉണ്ണികൃഷ്ണൻ പി.എ.

സമർപ്പണം

അക്ഷരങ്ങളെ

ആരാധിക്കുന്നവർക്ക്...

പുസ്തകങ്ങളെ

പുണരുന്നവർക്ക്...

കൃതജ്ഞത

നന്ദി...!

പിന്നെ അഭിനന്ദനങ്ങൾ..! എന്തിനാണെന്നല്ലേ? ഒരു പുസ്തകം കയ്യിലെടുത്തതിന്...

യൂട്യൂബ്, ഇൻസ്റ്റാഗ്രാം, ഫേസ്ബുക്ക്, വാട്സ്ആപ്പ് തുടങ്ങിയ ഫോണിലെ നിരവധി വിസ്മയങ്ങളും കൗതുകങ്ങളും നിറഞ്ഞ കാര്യങ്ങളോടെല്ലാം തെല്ലിട വിട ചൊല്ലിയതിന്...

ഇനി സ്നേഹം നിറഞ്ഞ മറ്റൊരു നന്ദി കൂടി...

എന്റെ ഈ പുസ്തകം വായിക്കാനെടുത്തതിന്...

വൈറസുകളുടെ സംഹാരതാണ്ഡവകാലത്ത് അഭയമെന്നതിലുപരി, അശാന്തവും ആപൽക്കരവുമായ അനവധി അനിവാര്യതകളുമായി എപ്പോഴും അരികെയുള്ള ഡിജിറ്റൽ കടന്നുകയറ്റത്തിന്റെ അനന്ത സാധ്യതകൾക്കിടയിൽ അക്ഷരോപാസനയേകും അത്ഭുത ശക്തി ചൈതന്യത്തെ തിരിച്ചറിഞ്ഞതിനും നന്ദി...

എന്റെ ആദ്യ രചനയായ "ഇടംകൈ വലംകൈയോട് പറഞ്ഞത്" എന്ന ഓട്ടോപതോഗ്രഫിയെ, അപകടത്തിന്റെയും അതിജീവനത്തിന്റെയും അനുഭവങ്ങളെ, സസ്നേഹം സ്വീകരിച്ച്, സസൂക്ഷ്മം അപഗ്രഥിച്ച് നിങ്ങൾ നൽകിയ പ്രശംസയ്ക്കും, പ്രോത്സാഹനത്തിനും, അതുവഴി അക്ഷരയാത്ര തുടരാൻ എനിക്ക് ലഭിച്ച പ്രചോദനത്തിനും ഞാൻ നിങ്ങളോട് ഏറെ കടപ്പെട്ടിരിക്കുന്നു...

ഏറെ സന്ദേഹത്തോടെ, ഓർമ്മകൾ മുഖപുസ്തകത്തിൽ പങ്കിടാൻ ആരംഭിച്ചപ്പോൾ തന്നെ മികച്ച പ്രതികരണങ്ങളിലൂടെ എന്റെ അക്ഷര

യാത്രയ്ക്ക് പ്രചോദനമേകിയ എല്ലാ ബന്ധുമിത്രാദികളെയും ഞാനിവിടെ സ്നേഹപൂർവ്വം സ്മരിക്കുന്നു...

ജീവിതയാത്രക്കൊപ്പം അക്ഷരയാത്രയിലും അനസ്യൂതം എന്നെ അനുഗമിക്കുന്ന സഹയാത്രികയുടെ സ്നേഹസ്പർശമുണ്ട് ഈ രചനയിലും...

കവർ ഡിസൈനിംഗും മറ്റു പ്രീ പ്രസ് ജോലികളും നിർവഹിച്ച് പുസ്തകത്തിന് രൂപ ഭംഗിയേകിയ എന്റെ പ്രിയ സുഹൃത്തും ഗ്രാഫിക് ഡിസൈനറുമായ രാഗേഷ് പലേരിയെയും സ്നേഹത്തോടെ ഓർമ്മിക്കുന്നു... പിന്നെ പ്രസാധകരായ ഇൻസൈറ്റ് പബ്ലിക്കയേയും.

ഓർമകളുടെ ഈ ജാലക വാതിലുകൾ തുറന്നിടുമ്പോൾ എല്ലാ സ്നേഹമനസ്സുകൾക്കും നന്ദി...! ഒരിക്കൽ കൂടി.

മുഖമൊഴി

ഒന്നോർത്തു നോക്കൂ..! ജീവിതം നമുക്ക് നൽകുന്നത് എന്താണ്? ചിലപ്പോൾ കണ്ണുനീർ, മറ്റുചിലപ്പോൾ പുഞ്ചിരി, പിന്നെ നിരവധി ഓർമ്മകളും...

കണ്ണുനീർ വറ്റി പോകും... പുഞ്ചിരി മാഞ്ഞു പോകും... പക്ഷേ ഓർമ്മകൾ, അവയെന്നും നമ്മോടൊപ്പമുണ്ടാകും, പിരിയാൻ വിസമ്മതിക്കുന്ന കൂട്ടുകാരായി...

ഇത് ഓർമ്മകളുടെ ഒരു സമാഹാരമാണ്. ചില മുഖങ്ങൾ, സംഭവങ്ങൾ, നിമിഷങ്ങൾ, അനുഭവപാഠങ്ങൾ, എന്നിവയുടെയെല്ലാം ചില ചിതറിയ ചിത്രങ്ങൾ...

ചിലപ്പോൾ അവയൊക്കെ അവിചാരിതമായി മനസ്സിലേക്ക് കടന്നു വന്ന് അസ്വസ്ഥത സൃഷ്ടിച്ചപ്പോൾ, നൊമ്പരമുണർത്തിയപ്പോൾ, സന്തോഷവും സങ്കടവും നൽകിയപ്പോൾ, അതൊരു അക്ഷര മഴയായി പെയ്തിറങ്ങുകയായിരുന്നു...

ഒരു തരത്തിൽ ഓർമ്മകളും ഒരു മഴ പോലെ തന്നെയല്ലേ... മഴയെ ആർക്കും ഒന്നിനും തടഞ്ഞു നിർത്താൻ കഴിയില്ല. മഴ പെയ്തു കൊണ്ടേയിരിക്കും... ഓർമകളും അതുപോലെയാണ്. മനസ്സിലേക്ക് പെയ്തിറങ്ങി കൊണ്ടേയിരിക്കും...

ഇതും അത്തരമൊരു ഓർമ്മകളുടെ മഴയാണ്.

ചെറുപ്പത്തിൽ ജീവിച്ച ഇടം, ജീവിതരീതികൾ, പിന്തുടർന്ന സംസ്കാരം, ഒക്കെ മനസ്സിനെ അലട്ടാൻ തുടങ്ങിയപ്പോൾ ആ കാലത്തിലേക്ക് മനസ്സു കൊണ്ടുള്ള ഒരു യാത്രയാണ് ഈ കുറിപ്പുകളേറെയും...

കടത്തനാട്ടിന്റെ ഹൃദയതലമായ പുറമേരിയിലായിരുന്നു എന്റെ ബാല്യകൗമാരങ്ങൾ ആശനിരാശകളുടെ നിഴലും വെളിച്ചവുമായി അലഞ്ഞു നടന്നിരുന്നത്. അക്കാലത്ത് മനസ്സിൽ തറഞ്ഞ ചില വ്യക്തികളും സംഭവങ്ങളും അനുഭവങ്ങളും ഒക്കെയാണ് ഇതിലെ ഓർമ്മക്കുറിപ്പുകൾ. അവയെല്ലാം മറവിയുടെ മാറാല മൂടാതെ ഇന്നും മനസ്സിലുണ്ട്..

അതിൽ ചിലത് മുഖപുസ്തകത്തിൽ കുറിച്ചപ്പോൾ ലഭിച്ച മികച്ച പ്രതികരണങ്ങളും പ്രോത്സാഹനങ്ങളുമാണ്, ഒരു അപകടത്തെ തുടർന്ന് നിശ്ചലമായ എന്റെ വലംകൈക്ക് ആയുർവേദ ചികിൽസയിലൂടെ പുനർജൻമം ലഭിച്ചപ്പോൾ വീണ്ടും അക്ഷരോപാസനയ്ക്കുള്ള പ്രചോദനമേകിയത്...

മുഖപുസ്തകത്തിലെ ഓർമ്മക്കുറിപ്പുകൾ ഉടൻതന്നെ പുസ്തകരൂപത്തിൽ ആക്കണമെന്ന് നിരവധി സ്നേഹ മനസ്സുകൾ വീണ്ടും വീണ്ടും ഓർമിപ്പിച്ചു കൊണ്ടേയിരുന്നു. അതുതന്നെയായിരുന്നു എന്റെ രണ്ടാമത്തെ ഈ പുസ്തക പിറവിയുടെ പിറകിലെ ഊർജ്ജസ്രോതസ്സും...

ഓർമ്മകൾ നൽകിയ കാലത്തെ നമിച്ച്, ഓർമ്മകൾക്ക് മുന്നിൽ വായനയ്ക്കായി കണ്ണുതുറക്കുന്ന മിഴികൾക്കായി ഈ ഓർമ്മ ജാലകം ഞാൻ തുറന്നിടുകയാണ്...

വരൂ...!

നമുക്ക് ഓർമ്മകളുടെ മഴ നനയാം...!

Life brings tears, smiles and memories...
The tears may dry...
The smiles may fade..
But the memories last forever.

ഉള്ളിൽ ഉള്ളത്

അച്ഛന്റെ ഡയറി

മേശവലിപ്പിൽ സൂക്ഷിച്ച അച്ഛന്റെ ഡയറിയെടുത്തു. നീലച്ചട്ടയുള്ള, വശങ്ങളിൽ ഗോൾഡൻ കളറുള്ള 1969ലെ ഡയറി. 51 വർഷത്തെ പഴക്കം, പക്ഷേ ഡയറിയുടെ പുതുമയെ ബാധിച്ചിട്ടില്ലതെല്ലം...

ദിവസവും ഡയറിക്കുറിപ്പുകൾ എഴുതുന്ന ശീലമുള്ള അച്ഛന്റെ സാധാരണ ഡയറിയല്ല ഇത്. ഇതൊരു പ്രത്യേക ഡയറിയാണ്. അച്ഛന്റെ അടുത്ത സുഹൃത്ത് ഡോ: ഗോപാലൻ നായർ 23.2.69 ന് സമ്മാനിച്ചത്. വിശേഷപ്പെട്ട സംഭവങ്ങൾ എഴുതാൻ മാത്രമായി അച്ഛൻ മാറ്റി വെച്ച ഡയറി. ഒരു തവണ ഈ ഡയറി എഴുതുമ്പോൾ കണ്ണടക്കിടയിലൂടെ നോക്കി അച്ഛൻ എന്നോട് പറഞ്ഞു "കുറേക്കാലം കഴിയുമ്പോൾ ഇത് നിനക്കും നിന്റെ പിൻതലമുറക്കും എടുത്ത് വായിക്കാം. അതൊരു പ്രത്യേക അനുഭവമായിരിക്കും."

ഡയറിത്താളുകളിൽ നിന്ന് അച്ഛൻ സംസാരിച്ചു തുടങ്ങിയപ്പോൾ ഞാൻ കടത്തനാട്ട് രാജാസ് ഹൈസ്കൂളിലെ പത്താം ക്ലാസ് വിദ്യാർത്ഥിയായി അച്ഛന്റെ മുന്നിലിരുന്നു. സ്നേഹവാത്സല്യങ്ങൾക്കുപരിയായി അച്ഛൻ എന്നും ഞങ്ങൾക്ക് അദ്ധ്യാപകനായിരുന്നു. രുചി വൈവിധ്യങ്ങളിൽ നിറയുന്ന കൈപ്പുണ്യം സ്നേഹവും ചേർത്ത് വിളമ്പിത്തരാൻ മാത്രമറിയാവുന്ന അമ്മയിൽ നിന്നും തികച്ചും വ്യത്യസ്തം.

പഴകി മഞ്ഞനിറമായ ഒരു ന്യൂസ് പേപ്പർ കട്ടിങ്ങ് ഡയറിയിൽ നിന്ന് താഴെ വീണു. "ഒരു കുലപതിയുടെ ഓർമ്മകളുമായി" എന്ന തലക്കെട്ടിൽ വന്ന പുന്നശ്ശേരി നമ്പി നീലകണ്ഠശർമ്മയുടെ 125ആം ജന്മദിനക്കുറിപ്പായിരുന്നു അത്. സാരസ്വതോദ്യോതിനി സംസ്കൃത മഹാപാഠശാലയിലെ

അച്ഛന്റെ അഭിവന്ദ്യ ഗുരുനാഥൻ. അഗാധ പണ്ഡിതനായ ബഹുമുഖ പ്രതിഭയെ കുറിച്ചുള്ളത്.

വേദങ്ങൾ, ഇതിഹാസ പുരാണങ്ങൾ, ഉപനിഷത്തുക്കൾ എന്നിവയിൽ നിന്നുള്ള ശ്ലോകങ്ങളും വ്യാഖ്യാനങ്ങളും നിറയുന്ന ഡയറി താളുകൾക്കിടയിൽ 1969 ജൂലായ് 21ന് മനുഷ്യൻ ചന്ദ്രനിലിറങ്ങിയ ഐതിഹാസിക ശാസ്ത്ര പുരോഗതിയും ഇടം നേടിയിട്ടുണ്ട്.

15.8.1970 ലെ മുത്തച്ഛന്റെ വിയോഗം 'അച്ഛൻ അമൃതൻ' എന്ന ശീർഷകത്തിൽ രേഖപ്പെടുത്തിയിട്ടുണ്ട്. 1972 നവം.25 ന് നടന്ന കുമാരി ഏച്ചിയുടെ വിവാഹം, 14.9.73ന് ശാന്തേച്ചി കോഴിക്കോട് നിർമ്മല ഹോസ്പിറ്റലിൽ വച്ച് ഇരട്ടക്കുട്ടികൾക്ക് (ജയ, ജയൻ) ജന്മമേകിയത് സമയം ഉൾപ്പെടെ എന്നിവ സഹിതം കുറിച്ചിട്ടിട്ടുണ്ട്.

പ്രാർത്ഥനാപൂർവ്വം നിരവധി തവണ കൊല്ലൂർ മൂകാംബികാ സന്നിധിയിൽ എത്തിയതിന്റെ വിശദവിവരണങ്ങൾ ഏറെയുണ്ട്.ഭക്തിനിർഭരത നിറഞ്ഞ, സ്വർഗ്ഗീയാനുഭൂതിയേകുന്ന ക്ഷേത്ര പരിസരത്തിന്റെ ധ്യാനാത്മകമായ നിമന്ത്രണങ്ങൾ.

സഹപ്രവർത്തകരും ഉറ്റ സുഹൃത്തുക്കളുമായ ഇ.കെ.കെ.രാജ, കെ.കെ.നമ്പ്യാർ, പരമേശ്വര മേനോൻ എന്നീ അദ്ധ്യാപക പ്രതിഭകളുടെ വേർപാടിൽ സ്വയം സമാശ്വസിപ്പിക്കുന്ന പ്രപഞ്ച സത്യാന്വേഷിയായ വേദാന്ത ചിന്തകനെക്കാണാം.

"ജാതസ്യഹി ധ്രുവോമൃത്യു:
ധ്രുവം ജന്മമൃതസ്യച.
ന ത്വം ശോചിതുമർഹസി"

28.7.75 നായിരുന്നു അച്ഛന്റെ ജ്യേഷ്ഠത്തിയുടെ(കൃഷ്ണേട്ടന്റെ അമ്മ) മരണം.

കൊല്ലൂർ ആദിശങ്കരപ്രസ്സിൽ അച്ചടിച്ച ശ്രീദേവീസ്തവരത്നത്രയം (വ്യാഖ്യാനം), ഭാഗവത ധർമ്മം (ലേഖനങ്ങൾ), ആത്മാനാത്മ വിവേകം (വിവർത്തനം), ആനന്ദലഹരി (വ്യാഖ്യാനം), പ്രബോധ സുധ (ഗദ്യ വിവർത്തനം) എന്നിവയുടെ കോപ്പികൾ കൈപ്പറ്റിയതാ യി എഴുതിയിട്ടുണ്ട്.

1969ൽ ശ്രീ.സി.പി. ശ്രീധരൻ പ്രസിദ്ധീകരിച്ച "ഇന്നത്തെ സാഹിത്യ കാരന്മാർ" എന്ന ബൃഹദ്ഗ്രന്ഥത്തിൽ അച്ഛന്റെ Bio data യും സാഹിത്യ പ്രവർത്തനങ്ങളും കൃതികളുടെ വിവരണങ്ങളും ഉൾപ്പെടുത്തിയിട്ടുണ്ട്.

(Page 939)

കൃതികൾ: കൗടില്ല്യൻ, നാട്യരംഗം, കഠോപനിഷത്ത് (വ്യാഖ്യാനം), പുരുഷസൂക്തം (വിരാൾ പുരുഷ വർണ്ണനം), മാണ്ഡൂ ക്യോപനിഷത്ത്, കേനോപനിഷത്ത് (വ്യാഖ്യാനം), ആശ്ചര്യ ചൂഡാമണി (ഗദ്യ വിവർത്തനം), ഗീതാ സംഗ്രഹം (വ്യാഖ്യാനം), സർവ്വവേദാന്തരഹസ്യം, മഹാഭാരതകഥകൾ...

അദ്ധ്യാപനത്തിൽ നിന്നു വിരമിച്ച്, പുറമേരിയോടു വിട ചൊല്ലി. 15.5.77 ൽ നീലേശ്വരത്ത് നൈമിശാരണ്യത്തിൽ താമസമാരംഭിച്ചതും ചേർത്തിട്ടുണ്ട്. 14.3.78 ന് തിരുനെല്ലി ക്ഷേത്ര സന്ദർശനവും പാപനാശിനിയിൽ പിണ്ഡകർമ്മമനുഷ്ഠിച്ചതുമുണ്ട്.

27.5.78 ന് മഹാകവി പി.യുടെ നിര്യാണം. പട്ടാമ്പി കലാലയത്തിലെ സീനിയറായ ജ്യേഷ്ഠതുല്യനായ മാന്യ സുഹൃത്തിന് സമർപ്പിച്ച സ്മരണാഞ്ജലി.അപ്പോൾ എന്റെ മനസ്സിലെത്തി ധന്യനിമിഷങ്ങളുടെ മറ്റൊരോർമ്മ...

പതിറ്റാണ്ടുകൾക്ക് മുമ്പ് കടത്തനാട്ട് രാജാസിൽ ഉദയവർമ്മ രാജ ശതാബ്ദി ആഘോഷ ചടങ്ങുകൾ തകൃതിയായി നടക്കുന്നു.അച്ഛൻ മുഖ്യസംഘാടകനായി തിരക്കിൽ. സ്കൂളിനടുത്തുള്ള ഞങ്ങളുടെ കൊച്ചു വാടക വീട്ടിൽ അച്ഛന്റെ സുഹൃത്തുക്കൾ കൂടിയായ വിശിഷ്ട വ്യക്തികളുടെ ഭക്ഷണവും വിശ്രമവുമൊക്കെയായി നിറഞ്ഞ സജീവത. പെട്ടെന്ന് എവിടെ നിന്നോ വന്നെത്തിയ മഹാകവി പി ക്ക് കസേര കൊണ്ടുചെന്ന് കൊടുത്തത് കൊച്ചു കുട്ടികളായ കുഞ്ഞേച്ചിയും ഞാനും .മഹാകവി വാത്സല്യപൂർവ്വം ഞങ്ങളെ ചേർത്തു പിടിച്ച്, നീളൻ ജുബ്ബയുടെ കീശയിൽ നിന്നും കൽക്കണ്ടവും മുന്തിരിയും കപ്പലണ്ടി യുമൊക്കെ എടുത്ത് ഞങ്ങളുടെ വായിൽ ഇട്ടു തന്നു... ആ അസുലഭ സൗഭാഗ്യത്തിന്റെ പ്രാധാന്യമൊന്നും അന്ന് ഞങ്ങൾക്കറിയില്ലായിരുന്നു...

31.10.84ന് ഇന്ദിരാഗാന്ധി നിര്യാതയായപ്പോൾ നീലേശ്വരം രാജാസ് ഹൈസ്കൂളിൽ ചേർന്ന സർവ്വമത പ്രാർത്ഥനാ യോഗത്തിൽ ഹിന്ദു മതത്തെ പ്രതിനിധാനം ചെയ്ത് അച്ഛൻ ഗീതാ പാരായണവും പ്രഭാഷണവും നടത്തിയത് രേഖപ്പെടുത്തിയിട്ടുണ്ട്. 30.11.84 ന് ആത്മ സുഹൃത്തും ജ്യേഷ്ഠതുല്യനുമായ ടി.എസ്.തിരുമുമ്പിന്റെ വേർപാടിനെക്കുറിച്ചും മരണാനന്തര ചടങ്ങുകളിൽ സംബന്ധിച്ചതിനെപ്പറ്റിയും എഴുതിയിട്ടുണ്ട്.

1986 ഏപ്രിൽ 30ന് നടന്ന ഞങ്ങളുടെ വിവാഹവും 22.6.87ന് പൗത്രന്റെ പിറവി എന്റെ ഭാവി തലമുറയുടെ സൂര്യോദയം എന്നും ഉപാസനയുടെ സാഫല്യം എന്നും വിശേഷിപ്പിച്ചിട്ടുണ്ട്.16.6.88 ന് അവന്റെ ഒന്നാം പിറന്നാൾ ആഘോഷവും 10.10.89 ന് അച്ഛൻ അവന് വിദ്യാരംഭം നടത്തിയനുഗ്രഹിച്ചതും പേജുകളിൽ നിറയുന്നു.

ദുർബലതയിലേക്ക് നീങ്ങുന്ന ശരീരവും വിസ്മൃതിയിൽ അമരുന്ന മനസ്സുമായി ദിനചര്യകളും വായനയും എഴുത്തും ഭാഗവത പാരായണവും മുടങ്ങാതെ നാളുകളെ നേരിട്ട നിശ്ചയദാർഢ്യത്തിന്റെ കരുത്തും വിറയാർന്ന അക്ഷരങ്ങളിൽ തെളിഞ്ഞു കണ്ടു.

1991 ഏപ്രിൽ 10ന് ഭാഗവത പാരായണം 102ആം തവണ ആരംഭിച്ചതായി രേഖപ്പെടുത്തിയിട്ടുണ്ട്. 1991 മെയ് 29 രാജീവ് ഗാന്ധിയുടെ ആത്മശാന്തിക്കായി വാഴുന്നോറടിയിൽ ചേർന്ന പ്രാർത്ഥനാ യോഗത്തിൽ അദ്ധ്യക്ഷം വഹിച്ചു സംസാരിച്ചു എന്ന കുറിപ്പോടെ താളുകൾ പിന്നെ ശൂന്യമാവുകയാണ്...

മഹാശൂന്യതയിൽ വിലയം പ്രാപിക്കാൻ അച്ഛൻ പിന്നീട് ദിവസങ്ങൾ മാത്രമേ (1991 July 15 @ 11.55 pm) ഉണ്ടായിരുന്നുള്ളൂ എന്നോർത്തപ്പോൾ അറിയാതെ കണ്ണുകൾ ഈറനായി...

അപ്പോൾ അച്ഛൻ എങ്ങുനിന്നോ പറഞ്ഞു...

"ന ത്വം ശോചിതുമർഹസി"

ഈ സ്മരണാഞ്ജലി അച്ഛന്റെ ഓർമ്മകൾക്ക് മുന്നിൽ സമർപ്പിക്കുന്നു...

ഗോപാലക്കുറുപ്പിന്റെ കത്തുകൾ...

കഴിഞ്ഞ ദിവസം കണ്ട സ്വപ്നത്തിന്റെ ഉമ്മറക്കോലായിൽ വെച്ച് ഗോപാലക്കുറുപ്പ് ചോദിച്ചു... "ഒരു പെന്നും പേപ്പറും തരുവോ? കത്തെഴുതാനാ...".

ഓർമ്മകൾക്ക് മീതെ കാലം നെയ്ത മാറാലകൾ നീക്കി അരനൂറ്റാണ്ടിനപ്പുറത്തെ ഗോപാലക്കുറുപ്പ് വന്നു നിൽക്കുകയാണ്.പുറമേരിയിലെ അന്നത്തെ എന്റെ പ്രായത്തിലുള്ള, അതായത് പത്തുപന്ത്രണ്ട് വയസ്സുള്ള കുട്ടികൾക്കെല്ലാം ഗോപാലക്കുറുപ്പിനെ അറിയാം... കുട്ടികൾക്ക് മാത്രമല്ല മുതിർന്നവർക്കും.

പുറമേരിയിലെ വയൽ വരമ്പുകളിലൂടെ, ഇടവഴികളിലൂടെ, നാട്ടുപാതകളിലൂടെ, ആറോത്ത് അങ്ങാടിയിലൂടെ ഗോപാലക്കുറുപ്പ് നെഞ്ച് വിരിച്ച്, കൈകൾ വീശി, ആരേയും കൂസാതെ നടന്നു.ഗൗരവത്തിൽ ആരോടും ഒന്നും മിണ്ടാതെ...

നാല്പത്തഞ്ചിനടുത്ത് പ്രായം, അരോഗദൃഢഗാത്രൻ, ഒത്ത ശരീരം, അല്പം കുടവയർ, പരുക്കൻ തുണിയുടെ മുറിക്കൈയൻ ഷർട്ട് മുണ്ട്, അരയിൽ വീതിയേറിയ അരപ്പട്ട, തോളിൽ കാക്കി നിറത്തിലുള്ള വലിയ സഞ്ചി നടത്തത്തിനൊപ്പം താളാത്മകമായി ആടിക്കൊണ്ടിരിക്കും.

ഗോപാലക്കുറുപ്പ് നടന്നു വരുന്നത് കണ്ടാൽ ആളുകൾ അകലം പാലിച്ച് മാറി നിൽക്കും. പിന്നീട് അടുത്തുള്ളവർ കേൾക്കാനായി ശബ്ദം താഴ്ത്തി പറയും... "മാറി നിന്നോ. ഓന് തലക്ക് നല്ല സുഖമില്ല. എപ്പഴാ മട്ടും മാതിരീം മാറുന്നതെന്നറീല".

പക്ഷേ ഗോപാലക്കുറുപ്പ് ആരെയും ഉപദ്രവിച്ചതായി ഇതുവരെ ഒരു പരാതിയും ഉണ്ടായിട്ടില്ല.

അച്ഛന്റെ പ്രിയശിഷ്യനായിരുന്ന ഗോപാലക്കുറുപ്പ്. പ്രിയപ്പെട്ട മാഷെ കാണാൻ ഇടക്ക് വീട്ടിൽ വരും. ബഹുമാനത്തോടെ ശബ്ദം താഴ്ത്തി എന്തൊക്കെയോ സംസാരിച്ച് തിരിച്ചു പോകും. കടത്തനാട്ട് രാജാസിൽ പഠിക്കുമ്പോൾ മികച്ച ഫുട്ബോൾ പ്ലെയറും കായിക പ്രതിഭയുമായിരുന്ന ഗോപാലക്കുറുപ്പ് നിരവധി ട്രോഫികൾ നേടി സ്കൂളിന്റെ യശസ്സുയർത്തിയ മിടുക്കനായ വിദ്യാർഥിയായിരുന്നത്രേ. വലിയ ജന്മിത്തറവാട്ടിൽ ജനനം. ചെറുപ്പത്തിൽ തന്നെ അച്ഛനമ്മമാർ മരിച്ചതിനാൽ അമ്മാവൻമാരുടെ സംരക്ഷണത്തിലായിരുന്നു പഠനവും താമസവും.കോളേജ് പഠനം എന്തോ പാതി വഴിയിൽ മുടങ്ങി.സ്വത്തുക്കൾ കൈക്കലാക്കാൻ അടുത്ത ആരോ എന്തോ ചെയ്തത് കൊണ്ടാണത്രേ ഗോപാലക്കുറുപ്പിന്റെ മനസ്സിന്റെ താളം തെറ്റിയത്.പിന്നെ ആരും ശ്രദ്ധിക്കാതെ ഇങ്ങിനെ...

ഇടക്കിടെ ഗോപാലക്കുറുപ്പ് വന്ന് പേനയും പേപ്പറും ചോദിക്കും. ഞാൻ നോട്ട് ബുക്കിൽ നിന്നും കീറിയെടുത്ത കടലാസും മഷിപ്പേനയും കൊടുക്കും. വരാന്തയിൽ ഇട്ടമേശയും ചാരി നിന്ന് അയാൾ കടലാസ് നിറയെ കുനുകുനെ എഴുതി നിറക്കും. മാർജിനിലും എഴുതും. വളരെ വേഗം എഴുതിത്തീർത്ത് കടലാസ് നാലായി മടക്കി “അച്ഛന് കൊടുക്കണം.” എന്ന് പറഞ്ഞ് ധൃതിയിൽ നടന്നകലും. ഭംഗിയില്ലാത്ത കൈയക്ഷരത്തിൽ ഇംഗ്ലീഷിലുള്ള എഴുത്ത്. ആർക്കും ഒരക്ഷരം പോലും മനസ്സിലാവില്ല. ഒരു പക്ഷേ ആർക്കും മനസ്സിലാവാൻ ആയിരിക്കില്ല അത്. വേവുന്ന മനസ്സിന്റെ വിഹ്വലതകൾ കുറെയൊക്കെ കടലാസിലേക്ക് കുടഞ്ഞിടുന്നതാകാം...

ചില ദിവസങ്ങളിൽ രാവിലെ നെറ്റിയിൽ ചന്ദനക്കുറിയണിഞ്ഞ്, വാട്ടിയ വാഴിയിലയിൽ തൊട്ടടുത്തുള്ള അമ്പലത്തിലെ നിവേദ്യ

പടച്ചോറുമായി വരും. വരാന്തയുടെ ഒരറ്റത്ത് ചമ്രം പടിഞ്ഞിരിക്കുന്ന ഗോപാലക്കുറുപ്പിന്റെ ഇലയിൽ അടുക്കളയിൽ നിന്ന് അമ്മ തന്നു വിടുന്ന കൂട്ടാനും ഉപ്പേരിയും അച്ചാറും മോരും ഉപ്പുമാങ്ങയും ഞാൻ വിള മ്പിക്കൊടുക്കും. പടച്ചോർ വലിയ ഉരുളകളാക്കി കഴിച്ച ശേഷം കൈ കഴുകി നടന്നു പോകും. ചിലപ്പോൾ ചുണ്ട് ഒരു വശത്തേക്ക് കോട്ടി മുഖം തിരിച്ച് ഒന്ന് നോക്കും. ചിരിക്കാൻ ശ്രമിച്ചതാകാം. പിന്നീടുള്ള ഓരോ വരവിലും ഗോപാലക്കുറുപ്പ് മാറിക്കൊണ്ടേയിരുന്നു. അലങ്കോലപ്പെട്ട എണ്ണമയമില്ലാത്ത മുടി, മുഖത്ത് കുറ്റിരോമങ്ങൾ, പരിക്ഷീണമായി എങ്ങോ അലയുന്ന കണ്ണുകൾ, പിഞ്ഞിത്തുടങ്ങിയ മുഷിഞ്ഞ മുണ്ടും ഷർട്ടും. വെയിലത്ത് വിയർത്തൊലിച്ചും മഴയത്ത് നനഞ്ഞ് കുതിർന്നും ഗോപാലക്കുറുപ്പ് മുടങ്ങാതെ വന്നു. കത്തെഴുതിത്തന്ന് തിരിച്ചു പോയി.

ഒരു ദിവസം എഴുതിയത് വാങ്ങാതെ ഞാൻ വാതിൽ പിറകിൽ ഒളിഞ്ഞു നിന്നു.മൂന്നാലു തവണ മുരടനക്കിയെങ്കിലും ഞാൻ പോയില്ല. എന്റെ ചെറിയ ഒരു വികൃതി. അപ്പോൾ അയാൾ കടലാസ് മേശമേൽ വെച്ച് ഒരു ചെറിയ കല്ലും അതിന് മുകളിൽ വെച്ചു നടന്നകന്നു.പിന്നീ ടെനിക്ക് കലശലായ കുറ്റബോധം തോന്നി. ഞാൻ പിന്നെ എപ്പോഴും ഗോപാലക്കുറുപ്പിന്റെ കത്തുകൾക്കൊപ്പമുണ്ടായിരുന്നു.

ഒരു ദിവസം വന്നപ്പോൾ നെറ്റിയിൽ ചോര കിനിയുന്ന ബാൻഡേ ജുണ്ടായിരുന്നു. ചോദിച്ചപ്പോൾ പതുക്കെ പറഞ്ഞു “ ആരോ രാത്രീല് എന്തോ കൊണ്ട് കുത്തീതാ ! നല്ല വേദന...'' രണ്ട് ദിവസങ്ങൾക്ക് ശേഷം വീണ്ടും വന്നപ്പോൾ അരയിൽ അരപ്പട്ടയിൽ തിരുകിയ ഒരു വലിയ കഠാരയും ഉണ്ടായിരുന്നു. ഒരു സുരക്ഷാ കവചം കണക്കെ...

ഒരു നാൾ പേപ്പറും പേനയും വാങ്ങി ഗോപാലക്കുറുപ്പ് ഒന്നുമെഴു താതെ, അനന്തതയിൽ അലയുന്ന ക്ഷീണിച്ച കണ്ണുകളുമായി നിന്നു. കുറച്ചു നേരം കഴിഞ്ഞപ്പോൾ പേപ്പർ നാലായി മടക്കി തിരികെ തന്ന് സാവകാശം നടന്ന് പോയി, തോളിൽ ഇളകിയാടുന്ന കാക്കിസഞ്ചി ഇല്ലായിരുന്നു. പേപ്പറും പേനയുമായി കാത്തിരുന്നെങ്കിലും ഗോപാലക്കു റുപ്പ് വന്നില്ല. അസുഖം കൂടിയിരിക്കുകയാണ് എന്ന് ആരോ പറയുന്നത് കേട്ടു. കൂടുതൽ വിവരങ്ങളൊന്നും അന്നത്തെ പന്ത്രണ്ടുകാരൻ പയ്യന് ലഭ്യമായിരുന്നില്ല. പിന്നീട് പല രാത്രിയിലും എം.ടിയുടെ ഇരുട്ടിന്റെ ആത്മാവിലെ ഭ്രാന്തൻ വേലായുധേട്ടന്റെ രൂപത്തിൽ ചങ്ങലക്കിട്ട അലറിക്കരയുന്ന ഗോപാലക്കുറുപ്പിനെ കിനാവ് കണ്ട് ഞാൻ പേടിച്ചു വിറച്ചു.

പിന്നീട് ജീവിതത്തിന്റെ കുത്തൊഴുക്കിൽ ഗോപാലക്കുറുപ്പിന്റെ ഓർമ്മകൾ മെല്ലെ മങ്ങി മാഞ്ഞ് എവിടേക്കോ ഒഴുകിയകന്നു. പക്ഷേ... ഇപ്പോൾ... ഓർമ്മകളുടെ ഉമ്മറപ്പടിയിൽ ഗോപാലക്കുറുപ്പ് ഇതാ വീണ്ടും.

എഡിറ്റിങ്ങിന്റെ ആദ്യപാഠം

ഈ ഓർമയ്ക്ക് ഏതാണ്ട് 50 വർഷത്തെ പഴക്കമുണ്ട്... എങ്കിലും മങ്ങലേറ്റിട്ടില്ല ഇപ്പോഴും.

ഇന്ന് തൊണ്ണൂറിന്റെ തീക്ഷ്ണയൗവനത്തിൽ നിൽക്കുന്ന അപ്പന് അന്ന് പ്രായം മുപ്പതുകളുടെ അവസാനം.ഞാൻ ഏഴാം ക്ലാസ്സിലെ പന്ത്രണ്ടു കാരൻ പയ്യനും...

അപ്പൻ അന്ന് ഒരു നാൾ പുറമേരിയിൽ വന്ന സമയം. എന്റെ ബാല്യ ചാപല്യത്തിന്റെ ഭാഗമായി തട്ടിക്കൂട്ടിയ റഷ്യൻ നാടോടി കഥയുടെ ആശയാനുവാദമായ ഒരു കഥ ഞാൻ അപ്പനെ കാണിച്ചു.അപ്പനായിരുന്നു അതിന് പറ്റിയ ആൾ അന്നെനിക്ക് .കാരണം, പുല്ലൂരിലെ വീട്ടിൽ വച്ച്, ചില പൊള്ളുന്ന ജീവിത യാഥാർഥ്യങ്ങളെ കുറിച്ചുള്ള, ആദ്യകാല എം.ടി.യൻ ശൈലിയിൽ അപ്പനെഴുതിയ ചില രചനകളുടെ കൈയെഴുത്തു പ്രതികൾ ഞാൻ വായിച്ചിരുന്നു.എല്ലാം മനസ്സിലായില്ലെങ്കിലും, ഒരു പന്ത്രണ്ടുകാരന് മനസ്സിലാക്കാൻ പറ്റുന്നത്ര ഞാൻ മനസ്സിലാക്കിയിരുന്നു. ഉജ്ജ്വലവും തീക്ഷ്ണവുമായ ആ രചനകൾ ഇപ്പോൾ എവിടെയാണാവോ?

കഥ വായിച്ച അപ്പൻ പറഞ്ഞു... 'തരക്കേടില്ല, എഡിറ്റിംഗിലൂടെ ഇതൊന്ന് കുടുതൽ നന്നാക്കാനുണ്ട്.' ഒരു കൈയിൽ എരിയുന്ന ബീഡിയും മറുകൈയിൽ പേനയുമായി അപ്പൻ കഥ വെട്ടിയും തിരുത്തിയും ഭംഗിയാക്കുന്നത് ഞാൻ വിസ്മയത്തോടെ നോക്കി നിന്നു.

അങ്ങിനെ നിമിഷങ്ങൾക്കകം മാതൃശാപം എന്ന കഥ അപ്പൻ എഡിറ്റ് ചെയ്ത് തന്നു.ഓർമ്മയുണ്ട് അപ്പൻ എഡിറ്റു ചെയ്ത അതിലെ

ഒരു വാചകം ഇങ്ങനെയായിരുന്നു. ' മക്കളുടെ കുറില്ലായ്മ യെക്കുറിച്ച് ഓർത്ത് ആ മാതൃഹൃദയം നൊന്തു.'

കഥ ഏതാനും ആഴ്ചകൾക്കകം കേസരി വാരികയുടെ ബാലഗോകുലത്തിൽ അച്ചടിമഷി പുരണ്ടുവന്നു.വർഷങ്ങൾക്ക് ശേഷം ജേർണലിസം പഠനത്തിലും, വാണിജ്യ മേഖലയിൽ ബ്രാൻ്റുകളെ സൃഷ്ടിച്ചെടുക്കാനുള്ള പരസ്യങ്ങളുടെ കോപ്പിറൈറ്റിംഗിലും പയറ്റിത്തെളിഞ്ഞ എഡിറ്റിംഗിന്റെ ആദ്യപാഠം എനിക്ക് അതായിരുന്നു.

ഈ ഓർമ്മകൾ അപ്പന്ന സമർപ്പിക്കുന്നു.

സ്നേഹാദരങ്ങളോടെ...

എന്റെ വലിയ താടകയും ചെറിയ താടകയും...

രാമായണത്തിൽ രാമന് എതിരിടേണ്ടി വന്നത് ഒരു താടകയോട് മാത്രമാണ്. പക്ഷേ എനിക്ക് ജീവിതത്തിൽ എതിരിടേണ്ടി വന്നത് രണ്ട് താടകമാരെയാണ്. പക്ഷേ ഇവിടെ വ്യത്യാസങ്ങൾ പലതുണ്ട്. എന്റെ താടകമാർ രാക്ഷസികളല്ല. അസ്സൽ അന്തർജ്ജന ങ്ങളാണ്, അധ്യാപികമാരാണ്. സർവോപരി എന്റെ ചേച്ചിമാരാണ്. എന്നെക്കാൾ 12 ഉം 6 ഉം ഒക്കെ വയസ്സിന് മൂത്തവർ.

പിന്നെ താടകാ സങ്കല്പം ഏതാണ്ട് പത്തമ്പത്തഞ്ച് വർഷങ്ങൾക്ക് മുമ്പ് എട്ടും പൊട്ടും തിരിയാത്ത ഒരു എട്ട് വയസ്സുകാരന്റെ പൊട്ടത്തര ത്തിൽ പിറന്ന ഒരു ഭാവനാസൃഷ്ടി മാത്രം. ആദികവിയായ ഇതിഹാസ കാരനോട് മാപ്പ് ചോദിക്കുന്നു...(മാപ്പു നൽകൂ... മഹാമതേ...!!)

പഴക്കവും പഞ്ഞവുമില്ലാത്ത പുറമേരിയിലെ ഓർമകളിലേക്ക് മനസ്സ് പായുന്നു... പിടിച്ച് നിർത്തിയിട്ടും നിൽക്കാതെ... കാരണം ആശ നിരാശകളുടെ നിഴലും വെളിച്ചവുമായി ഞങ്ങളുടെ ബാല്യകൗമാരങ്ങൾ അലഞ്ഞു നടന്നിരുന്നത് അവിടെയായിരുന്നു.

12 വയസ്സിന് മൂത്ത ശാന്തേച്ചിയെ "വല്യ" എന്നും ഉദ്ദേശം 6 വയസ്സിന് മൂത്ത കുമാരിയേച്ചിയെ "കുഞ്ഞ" എന്നു മാത്രവും ഞാൻ വിശേഷിപ്പിച്ചു. വാക്കുകൾക്ക് അത്യധികം പിശുക്ക് കാട്ടാൻ വിധിക്കപ്പെട്ട ഒരു കോപ്പി റൈറ്റർ അന്ന് മുതൽക്കേ എന്നിൽ സന്നിവേശിച്ചു കഴിഞ്ഞിരിക്കാം.

മച്ചുനൻ തമ്പാനേട്ടൻ അപ്പോഴേക്കും പഠിത്തം കഴിഞ്ഞ് നാട്ടിലേക്ക് മടങ്ങിയിരുന്നതിനാൽ ഞങ്ങൾ 3 പേരുമായിരുന്നു "താഴെമഠത്തി"ൽ

ഒച്ചയനക്കങ്ങൾ സൃഷ്ടിക്കേണ്ടവർ. വയൽപ്പച്ചകളിലേക്ക് കൺതുറക്കുന്ന ചെടികളും പൂക്കളും പച്ചക്കറികളും നിറഞ്ഞ പറമ്പിലെ ചെറിയ വാടക വീട്ടിൽ ഞങ്ങൾ ഋതുഭേദങ്ങളുടെ നിറക്കാഴ്ചകൾ ആഘോഷപൂർണമാക്കി. ഒന്നുമില്ലാത്തതിനെച്ചൊല്ലി ഒട്ടേറെ നേരം ഞങ്ങൾ ഓട്ടുപാത്രങ്ങളെ പോലെ കലമ്പൽകൂട്ടി.

കേശ പരിപാലനത്തിലും സൗന്ദര്യ സംരക്ഷണത്തിലും അതീവ ശ്രദ്ധാലുവായ ശാന്തേച്ചി, സന്ധ്യക്ക് നാമജപം കഴിഞ്ഞാൽ പഞ്ചായത്ത് ഓഫീസ് കെട്ടിടത്തിൽ നിന്നും ഒഴുകി വരുന്ന ആകാശവാണിയുടെ "നിങ്ങളാവശ്യപ്പെട്ട ചലച്ചിത്രഗാനങ്ങൾ" കേൾക്കാൻ വടക്കേ കോലായിൽ ഉള്ള ഉരലിൻമേൽ കയറി ഇരിപ്പുറപ്പിക്കും.. ടി.വി കാണാൻ ഡ്രോയിംഗ് റൂമിലെ സെറ്റിയിൽ ഇരിക്കും പോലെ...അറുപതുകളുടെ പകുതിയിൽ വീടുകളിൽ റേഡിയോ പോലും അപൂർവം...!! യേശുദാസും ജയചന്ദ്രനും എസ്. ജാനകിയും സുശീലയും പി.ലീലയുമൊക്കെ അന്തരീക്ഷത്തിൽ ഗാനനിർഝരിയായി പടരും... ഉരലിൻമേൽ

ഇരിക്കുന്ന ശ്രോതാവിനെ തടസ്സപ്പെടുത്താൻ ഞങ്ങളാരെങ്കിലും അത് വഴി ചെന്നാൽ കഥ കഴിഞ്ഞത് തന്നെ. (അവളെ പേടിച്ചാരും ആ വഴി നടപ്പീല...) ശാന്തേച്ചി അച്ഛന്റെ പഴയ കോട്ടും പിന്നെ പത്താം ക്ലാസ് ഉത്തരക്കടലാസുകൾ പാർസലായി എത്തുന്ന കോറത്തുണിയും കൊണ്ട് സൂചിയും നൂലും മാത്രം ഉപയോഗിച്ച് പെറ്റിക്കോട്ടും ഉടുപ്പും ഭംഗിയായി തുന്നും. നാട്ടിൽ നിന്ന് വരുന്ന ബന്ധുക്കളായ കുട്ടികൾ പുറകിലും നെഞ്ചത്തും അലക്കിയാൽ മായാത്ത സീല് വെച്ച പെറ്റിക്കോട്ടും അണിഞ്ഞ് നടക്കുന്നത് ഒരു കൗതുക കാഴ്ചയായിരുന്നു. വായനയും

ചിത്രരചനയും എംബ്രോയിഡറിയുമൊക്കെയായി ശാന്തേച്ചി വല്യേച്ചിയായി ഞങ്ങൾക്ക് മേൽ ആധിപത്യം പുലർത്തി.

കുമാരിയേച്ചിയും ഞാനും വേനൽ അവധിക്കാലത്ത് ഈന്തിൻ പട്ടയും ഓലയും കൊണ്ട് പന്തലൊരുക്കി. നട്ടുച്ചക്ക് പകിട കളിച്ചും ഇലഞ്ഞിക്കുരുകൊണ്ട് ചൊട്ടി കളിച്ചും ഒച്ചയുണ്ടാക്കി വീട്ടിൽ മറ്റുള്ളവരുടെ ഉറക്കം കെടുത്തി. അവർ തല്ലിയോടിച്ചപ്പോൾ ഞങ്ങൾ മറ്റ് അഭയ കേന്ദ്രങ്ങളിലേക്ക് ചേക്കേറി കളി തുടർന്നു.പക്ഷേ എപ്പോഴും കളിയിൽ ജയിക്കാനുള്ള എന്റെ വാശി മിക്കപ്പോഴും അടി കലശലിൽ കലാശിച്ചു. വലിയ ചിട്ടയും വൃത്തിയും പുലർത്തിയിരുന്ന കുമാരിയേച്ചി.. ബ്രൂക്ക് ബോണ്ട് കാപ്പിപ്പൊടി കവറുകളുടെയും അമുൽ മിൽക്ക് പൗഡർ ടിന്നിന്റെ വട്ടതകരം മുറിച്ചതിന്റെയും ഒക്കെ ശേഖരം അമൂല്യ നിധിപോലെ കുഞ്ഞ സൂക്ഷിച്ചു വെച്ചു. കൊതിയോടെ അതൊക്കെ നോക്കി നിന്നാൽ, പേരിന് ഒരു സ്ലേറ്റ് പെൻസിലോ ക്രവപെൻസിലോ തന്ന് എന്നെ തൃപ്തനാക്കും.

ഉമ്മറക്കോലായിൽ ഒറ്റക്കാലിൽ തൂണും ചാരി നിന്ന് എന്തെങ്കിലും ഓർത്ത് ചിരിക്കലായിരുന്നു അന്നത്തെ എന്റെ പ്രധാന

ഹോബി.അച്ഛൻ സന്ദർശകരുമായി സംസാരിച്ചുകൊണ്ടിരിക്കുമ്പോഴും ഞാൻ ചിരി തുടരും. അപ്പോൾ അകത്ത് നിന്ന് കർട്ടന് ഇടയിലൂടെ രണ്ട് ചേച്ചിമാരും പലവിധ ഗോഷ്ഠികൾ കാണിച്ച് ആംഗ്യ ഭാഷയിൽ എന്നെ ശകാരിക്കും. അപ്പോൾ എന്റെ ചിരി കൂടും. ഒരു പക്ഷേ അതായിരിക്കും താടകമാരെന്ന പേരിടലിന്റെ ഉത്ഭവം...

വഴക്കുകൂടാനുള്ള ഒരവസരവും ഞങ്ങൾ പാഴാക്കിയിരുന്നില്ല. ഇപ്പോ എന്തോ വഴക്കുകൾ കുറവാണ്. പ്രായമാവുന്നത് കൊണ്ടാകാം... Getting older..., Getting wiser.

നാല് വർഷങ്ങൾക്ക് മുമ്പ് ഒരു വാഹനാപകടത്തിൽ തകർന്ന വലംകൈയുമായി ഞാൻ ഇരിക്കുമ്പോൾ, അകലങ്ങളിൽ നിന്ന് അവർ അരികിലെത്തി. സഹയാത്രിക സമീപത്തില്ലാത്ത അവസരങ്ങളിൽ കുഞ്ഞ ഭക്ഷണം വിളമ്പിത്തന്ന് എനിക്ക് കൂട്ടിരുന്നു.

മുമ്പായിരുന്നെങ്കിൽ, ഇത് വായിച്ചാൽ അവർ എന്നെ അടിക്കാൻ ഓടി വരുമായിരുന്നു എന്നെനിക്കുറപ്പുണ്ട്. ഇപ്പോൾ അവർക്ക് വേഗത്തിൽ ഓടാൻ പറ്റില്ല എന്നതിൽ എനിക്ക് വിഷമമുണ്ട്. പക്ഷേ പിൻതിരിഞ്ഞ് നോക്കുമ്പോൾ ഓർമകളുടെ ഗതിവേഗം ഒട്ടും കുറഞ്ഞിട്ടില്ല. അവ എപ്പോഴും ഓടിയെത്തുന്നു... അനായാസമായി അതിവേഗത്തിൽ തന്നെ...

ഈ ഓർമ്മക്കുറിപ്പ് വല്യക്കും കുഞ്ഞക്കും സമർപ്പിക്കുന്നു...

തമ്പാനേട്ടനും മിസ്റ്റ മാഷും പിന്നെ ഒരു മരപ്പട്ടിയും...

ചിലരുടെ ചില ചിത്രങ്ങൾ അങ്ങിനെയാണ്.

ചിതലരിക്കില്ല ഒരിക്കലും മനസ്സിൽ...

ചിന്തകളിൽ ചിലപ്പോഴൊക്കെ വന്ന് അവ നമ്മെ...

ഇത് അത്തരമൊരു ചിത്രമാണ്. ഫ്രെയിമിൽ നിറഞ്ഞു നില്ക്കുന്നത് തമ്പാനേട്ടനാണ്. (അച്ഛന്റെ മരുമകൻ. അതായത് എന്റെ മച്ചുനൻ.) പിന്നെ ഗൗരവം വിടാത്ത ചിരിയുമായി ഞങ്ങളുടെ മിസ്റ്റ മാഷുണ്ട്. ഒരരികിൽ പതുങ്ങി നിൽപ്പുണ്ട് ഒരു മരപ്പട്ടിയും...

നല്ല തെളിമയുണ്ട് 55 വർഷമെങ്കിലും പഴക്കമുള്ള ഈ Black & white ചിത്രത്തിന്.

പശ്ചാത്തലം ഞാറ്റടിപ്പാട്ടുകളിൽ വടക്കൻ വീരഗാഥകളുടെ ഈണം നിറയുന്ന കടത്തനാട്ടിന്റെ ഹൃദയതലമായ പുറമേരി. സുന്ദരം...ഹരിത സമൃദ്ധം.

അച്ഛന്റെ ഹൈസ്കൂൾ അധ്യാപക ജോലി കടത്തനാട്ട് രാജാസിൽ ആയിരുന്നതിനാൽ ഞങ്ങളെല്ലാം പഠിച്ചതും വളർന്നതും അവിടെ.

ഞങ്ങൾക്കൊപ്പം താമസിച്ചായിരുന്നു തമ്പാനേട്ടന്റെ ഹൈസ്കൂൾ പഠനം. ദിനങ്ങളോരോന്നും സംഭവബഹുലം. ഉത്സാഹഭരിതം.

തോർത്ത് മുണ്ടുടുത്ത്, കൂളിംഗ് ഗ്ലാസ് വെച്ച് മെലിഞ്ഞ് നീണ്ട് മുരിങ്ങാക്കോൽ പോലുള്ള പത്താം ക്ലാസുകാരൻ തമ്പാനേട്ടന്റെ വാലായി, ഊരിപ്പോകുന്ന നിക്കറും വലിച്ചു കയറ്റി എലുമ്പനായ രണ്ടാം ക്ലാസുകാരൻ ചെക്കൻ ഞാനും എപ്പോഴും ഉണ്ടാകും .(മൂത്തത് രണ്ട് ചേച്ചിമാർ.

എനിക്ക് കമ്പനി കൂടാൻ പറ്റില്ല) തമ്പാനേട്ടനായിരുന്ന എന്റെ Hero... വൈകുന്നേരങ്ങളിൽ, ഒഴിവു ദിനങ്ങളിൽ ഞങ്ങൾ അച്ഛന്റെ കണ്ണു വെട്ടിച്ച് അടുത്തുള്ള കോവിലകം പരിസരത്തും കുളക്കടവിലും, അമ്പലമുറ്റത്തും, പാടവരമ്പത്തും എന്നു വേണ്ട സകല സ്ഥലത്തും ചരാചരങ്ങൾക്കെല്ലാം ഭീഷണിയായി...പട്ടി,പൂച്ച, ഓന്ത് .കാക്കകൾ, തവളകൾ എന്നിവയെയെല്ലാം മര്യാദ പഠിപ്പിച്ചു കൊണ്ട് ചുറ്റിയടിക്കും.

തമ്പാനേട്ടേന്റെ കൈയ്യിൽ നീളമുള്ള ഒരു വടിയുണ്ടാകും.

എപ്പോഴാണ് അത് അതിവിദഗ്ദ്ധമായി എവിടെയെങ്കിലും പതിക്കുക എന്നു നോക്കി ഞാനും. ഒരിക്കൽ തന്നെക്കാൾ നീളമുള്ള ഒരു വമ്പൻചേരയെ ഏറെസമയം നീണ്ട പോരാട്ടത്തിലൂടെ തമ്പാനേട്ടൻ തല്ലിക്കൊന്നു.ചത്ത ചേരയെ ചില്ലിയുയർത്തി തമ്പാനേട്ടൻ വിജയ ശ്രീലാളിതനായി നിന്നു.ഏറെ നാളുകൾ നീണ്ട പാതിരാത്രിയിലെ പോരാട്ടത്തിനൊടുവിൽ, അതിസാഹസികമായി ഒരു ദിവസം വാലിൽ പിടുത്തമിട്ട് തമ്പാനേട്ടൻ വീട്ടിലെ നിത്യ ശല്യമായിരുന്ന മരപ്പട്ടിയെ മലർത്തിയടിച്ചു.എല്ലാം കട്ടുതിന്ന് തടിച്ചു കൊഴുത്ത് കരുത്തനായിരുന്നു ആ മരപ്പട്ടി. കല്ലുണ്ണി എന്നും പറയും.അർധരാത്രി യിൽ ഉറക്കമൊഴിഞ്ഞ്, ഉറക്കെ ഒച്ചയിട്ട് ഒപ്പം ഞാനും... മരപ്പട്ടിവധമായിരുന്നു തമ്പാനേട്ടന്റെ മാസ്റ്റർ പീസ്...

ഞങ്ങളുടെ ആരാധ്യനായ ചരിത്രാധ്യാപകനായിരുന്നു മിസ്റ്റ എന്നു വട്ടപ്പേരുള്ള ദാമോദരൻ നമ്പ്യാർമാഷ്.

ഇരുമ്പുതലയുള്ള അത്ഭുത മനുഷ്യൻ മിസ്റ്ററുടെ കഥ ക്ലാസുകളിൽ പറഞ്ഞു കൊടുത്തതിലൂടെയാണ് മാഷിന് ആ പേര് വീണത്.എണ്ണമയമുള്ള, സമൃദ്ധമായ മുടി ചീകിയൊതുക്കി, ഇസ്തിരി വടിവുലയാത്ത ഷർട്ടും മുണ്ടും ധരിച്ച് വരുന്ന മിസ്റ്റർ മാഷിന്റെ കട്ട ഫാനായിരുന്നു തമ്പാനേട്ടൻ. ഉടുപ്പിലും നടപ്പിലും തമ്പാനേട്ടൻ മാഷിനെഅനുകരിച്ചു. പഠിപ്പിലും മിടുക്കനായ തമ്പാനേട്ടൻ ഒരു ജൂനിയർ മിസ്റ്ററായി കടത്തനാട്ട് രാജാസിൽ വിലസി...

ഇപ്പോൾ തമ്പാനേട്ടൻ (റിട്ട : ഹെഡ്മാസ്റ്റർ) സപ്തതി കടന്ന്, മക്കൾക്കും പേരമക്കൾക്കും ഒപ്പം പാവന്നൂരിൽ സസുഖം വാഴുന്നു.

ഇന്നും തമ്പാനേട്ടന് എന്റെ മനസ്സിൽ ഒരു സൂപ്പർ ഹീറോ പരിവേഷമുണ്ട്. പിന്നെ, മരപ്പട്ടിക്കഥയിലെ വീരനായകനായി ഞങ്ങളുടെ കുഞ്ഞൂട്ടിയുടെ കുഞ്ഞു മനസ്സിലും...ഒരു പക്ഷേ, വടക്കൻ പാട്ടുകളിലെ വീരനായകർക്ക് ഉപരിയായി...

സ്നേഹത്തോടെ ഈ ഓർമകൾ തമ്പാനേട്ടന് സമർപ്പിക്കുന്നു...

കൊച്ചിയിലെ കൃഷ്ണേട്ടൻ

കുട്ടിക്കാലത്ത് ഞങ്ങൾക്ക് കൃഷ്ണേട്ടൻ എന്നാൽ കൊച്ചിയാണ്. കൊച്ചിയെന്നാൽ കൃഷ്ണേട്ടനും. അന്നും ഇന്നും അതിൽ മാറ്റമില്ല.

പിന്നെ മാറ്റമില്ലാത്തതായി മറ്റുപലതുമുണ്ട്. കൃഷ്ണേട്ടന്റെ സംഗീതത്തോടുള്ള ആഭിമുഖ്യവും 86 പിന്നിട്ടിട്ടും ചിട്ടതെറ്റാതെയുള്ള വെടിപ്പുംവൃത്തിയും. പിന്നെ എല്ലാറ്റിനുമുപരിയായുള്ള ആ സ്നേഹവും കരുതലും...

കൃഷ്ണേട്ടൻ എന്റെ അച്ഛന്റെ മരുമകനാണ്. കഥകളിൽ നിന്നും സിനിമകളിൽ നിന്നും വ്യത്യസ്തരായ അമ്മാമനും മരുമകനും. അമ്മാമന് മരുമകനോട് വല്ലാത്ത ഒരു സ്നേഹവും വാത്സല്യവും.മരുമകന് അമ്മാമനോട് വളരെ അടുപ്പവും ആദരവും.

പുറമേരി കടത്തനാട്ട രാജാസിൽ അധ്യാപകനായ അമ്മാമനൊപ്പം താമസിച്ചായിരുന്നു കൃഷ്ണേട്ടന്റെ ഹൈസ്കൂൾ പഠനം. കൃഷ്ണേട്ടൻ മികച്ച വിദ്യാർത്ഥിയും NCC കേഡറ്റുമൊക്കെയായിരുന്നു.അച്ചടിയെ വെല്ലുന്ന കൈപ്പട. പിന്നെ അമ്മാമനിൽ നിന്നു കിട്ടിയ ചിട്ടയും വെടിപ്പുംവൃത്തിയും.

ജോലി തേടി കൃഷ്ണേട്ടൻ ജന്മനാടായ പുത്തിലോട്ടു നിന്ന് തിരുവനന്തപുരത്തും പിന്നീട് എറണാകുളം നഗരത്തിലുമെത്തി. പ്രൈവറ്റ് കമ്പനിയിൽ അക്കൌണ്ടന്റ് ആയി.ഭാര്യ ഓമനേച്ചിക്കും കുട്ടികൾക്കുമൊപ്പം നഗരവാസിയായി.നഗരത്തിരക്കിന്റെ ഭാഗമായി.

ചിലപ്പോഴൊക്കെ കൃഷ്ണേട്ടൻ ഞങ്ങൾക്കരികിലേക്ക് പുറമേരിയിലേക്ക് വരുമായിരുന്നു.നഗരത്തിലെ കൗതുകവസ്തുക്കളും വിസ്മയവൃത്താന്തങ്ങളുമൊക്കെയായി എത്തുന്ന കൃഷ്ണേട്ടന്റെ ഓരോ വരവും ഞങ്ങൾക്കന്ന് ആഘോഷമായിരുന്നു. അന്ന് അറുപതുകളുടെ അവസാനം കൃഷ്ണേട്ടൻ

എറണാകുളത്തു നിന്നു കൊണ്ടുവന്ന മരത്തിന്റെ കെയ്സുള്ള മർഫി റേഡിയോ അന്നും ഇന്നും ഒരു വിസ്മയ കാഴ്ചയായി ഒപ്പമുണ്ട്.

അച്ഛനൊപ്പം ഒരിക്കൽ എറണാകുളത്ത് കൃഷ്ണേട്ടന്റെ അടുത്തെത്തിയപ്പോഴാണ് നാലാം ക്ലാസുകാരനായ എനിക്ക് ആദ്യമായി വിമാനത്തിൽ കയറാൻ അവസരമൊത്തത്. യാത്ര ചെയ്യാൻ ഒന്നുമല്ല കേട്ടോ. കൃഷ്ണേട്ടന്റെ എയർപോർട്ടിലെ സൗഹൃദം വച്ചു ലഭിച്ച ഒരു ചാൻസ് .മുരൾച്ച കേൾക്കുമ്പോൾ മുറ്റത്തേക്ക് ഓടി വന്ന് ആകാശത്ത് കാക്കയുടെ വലുപ്പത്തിൽ മാത്രം കണ്ടിട്ടുള്ള ഭീമാകാരൻ യന്ത്രപ്പക്ഷിയുടെ ഉള്ളിൽ കയറി തൊട്ടും തലോടിയും ആ ഒമ്പതുകാരൻ അത്ഭുതം കൂറി.

പിന്നീട് വളർന്നപ്പോൾ പരീക്ഷകൾക്കായി അഭിമുഖങ്ങൾക്കായി, ജോലിയുടെ ഭാഗമായി ഞാൻ കൃഷ്ണേട്ടന്റെ അരികിലെത്തി.പല തവണ. കൂടാതെ എന്റെ മകൻ ഉദയ് എറണാകുളത്ത് സി.എ ഇൻറർ ചെയ്യുമ്പോൾ ആർട്ടിക്കിൾ ഷിപ്പിന് നാരായണ അയ്യരെ പരിചയപ്പെടുത്തിയതും മറ്റ് എല്ലാ സൗകര്യങ്ങളും ഒരുക്കിക്കൊടുത്തതും കൃഷ്ണേട്ടൻ തന്നെ.

ഇപ്പോൾ ഞാനും കൊച്ചിക്കാരനായപ്പോൾ അത് ഇടവേളക്ക് ശേഷം വീണ്ടും തുടരുന്നു. "എന്തായി കുട്ടൻ? "എന്ന് ചോദിച്ച് നിറഞ്ഞ ചിരിയുമായി എത്തുന്ന ആ സ്നേഹസ്പർശത്തിന് ഇന്നും ഒരു മാറ്റവുമില്ല. സ്വയമുണ്ടാക്കുന്ന രുചി മികവുകൾ വിളമ്പിത്തന്ന് നിർബന്ധപൂർവ്വം കഴിപ്പിക്കുന്ന വാത്സല്യം. കൃഷ്ണേട്ടന് ഞാനെന്നും പഴയ ചെറിയ കുട്ടനാണ്.

ഞാനും അപ്പോൾ ചെറിയ കുട്ടനാവുന്നു.കൈക്കുഞ്ഞായിരുന്ന എന്നെ പുത്തിലോട്ടു നിന്ന് പുറമേരിക്ക് കാറിൽ കൊണ്ടു പോകുമ്പോൾ മുഖത്ത് വെയിലടിക്കാതിരിക്കാൻ തുവാല വിടർത്തിപ്പിടിച്ച് കൃഷ്ണേട്ടൻ അരികിലിരുന്ന കാര്യമൊക്കെ അമ്മ ഇടക്ക് പറയാറുള്ളത് എനിക്കപ്പോൾ ഓർമ്മ വന്നു.

ഒരു പൊടിപോലും പറ്റാത്ത വെള്ള ഡബിൾ മുണ്ടും ഇസ്തിരി ഉലയാത്ത ഷർട്ടിനും ഇന്നും ഒരു മാറ്റവുമില്ല. വൃത്തിയും ചിട്ടയും ഒരു ഒബ്സഷനായി ഇന്നുമൊപ്പം.പിന്നെ ജീവിതത്തിലലിഞ്ഞു ചേർന്ന സംഗീതാസ്വാദനവും.

കൃഷ്ണേട്ടന്റെ എറണാകുളത്തെ സ്നേഹവീട് അന്നുമിന്നും സംഗീത സാന്ദ്രമാണ്. പഴയ അനേകം ഗ്രാമഫോൺ റിക്കാർഡുകൾ, കോളാമ്പികൾ, മലയാള സിനിമയുടെ തുടക്കം മുതലുള്ള ഗാനങ്ങൾ, നാടകഗാനങ്ങൾ, വിവിധ ഭാഷകളിലുള്ള ക്ലാസിക് ഗാനശേഖരങ്ങൾ, മഹദ്വ്യക്തികളുടെ പ്രസംഗങ്ങൾ എല്ലാം വളരെ ഭംഗിയായി കൃത്യതയോടെ അവിടെയുള്ള അമൂല്യ ശേഖരത്തിലുണ്ട്. പ്രമുഖ പത്രങ്ങളിലും ദൃശ്യമാധ്യമങ്ങളിലും ഇതേപ്പറ്റി അഭിമുഖങ്ങൾ വന്നിട്ടുണ്ട് സംഗീതപ്രേമികൾ ഇന്നും ഇഷ്ടഗാനങ്ങൾ തേടി അവിടെയെത്താറുണ്ട്.

പാക്കനാർ തീയറ്ററിൽ നിന്നും ഒഴുകി വരുന്ന സിനിമാ പാട്ടുകൾ കേട്ടു വളർന്ന, ജിവിതത്തിൽ ഒരു വരി പോലും മൂളിപ്പാട്ടു പാടാത്ത കൃഷ്ണേട്ടൻ ഇന്നും ആ ഗാനസാമ്രാജ്യത്തിന്റെ നടുവിലിരുന്ന് സംഗീതമാസ്വദിക്കുന്നു, മറ്റുള്ളവർക്ക് പകർന്നു നൽകുന്നു .

വൃത്തിയുടെ പര്യായമായ കൃഷ്ണേട്ടൻ ഒരിക്കലും ചെരിപ്പിടാതെ വർഷങ്ങളോളം നഗരത്തിന്റെ അഴുക്കിലൂടെയും മാലിന്യത്തിലൂടെയും നടന്നു. നാഗരിക ജീവിതത്തിന്റെ അഴുക്കും മാലിന്യവും സ്വന്തം ജീവിതത്തിൽ പുരളാതെ. അടുത്ത കാലത്താണ് ബാക്ക്സ്ട്രാപ്പുള്ള നടക്കുമ്പോൾ കാലിൽ നിന്ന് തെറിച്ച് പോകാത്ത ചെരിപ്പ് ശീലമാക്കിയത്... അത്ര സ്പീഡിലാ നടത്തം.

ഇടപ്പള്ളി ഇന്ദിരാ റോഡിലെ വസതിയിൽ സംഗീതത്തെ തുടച്ച് മിനുക്കി ഭാര്യ ഓമനേച്ചിക്കും മകൻ ഉണ്ണിക്കുമൊപ്പം കർമ്മനിരതനായി കൃഷ്ണേട്ടനുണ്ട്. സംഗതികൾ തെറ്റാതെ ഒഴുകിപ്പടരുന്ന മറ്റൊരു സ്നേഹ സംഗീതമായി... “സംഗീതമീ ജീവിതം ശ്രുതിമധുര സംഗീതമീ ജീവിതം”...

സ്നേഹാദരങ്ങളോടെ ഈ ഓർമ്മക്കുറിപ്പ് ഞാൻ കൃഷ്ണേട്ടന് സമർപ്പിക്കുന്നു.

ബാലകൃഷ്ണക്കുറുപ്പ് മാഷും ബേസിക് മാത്ത്സും...

കറുകറുത്ത, കട്ടി മീശയിൽ അഞ്ചു വയസ്സുകാരൻ കൊച്ചു പയ്യൻ തടവി നോക്കി.പിന്നെ പതിയെ പിടിച്ചു വലിച്ചു നോക്കി. വരുന്നില്ല.പയ്യന്റെ സംശയം തീർന്നു. മാഷിന്റെ മീശ ശരിക്കുള്ളത് തന്നെ.

അഞ്ചു വയസ്സുകാരനായ ഞാൻ ആദ്യം സംശയം ചോദിച്ചത് അച്ഛനോടായിരുന്നു.

“അച്ഛാ ! ആ മാഷിന്റെ മീശ ശരിക്കുള്ളതാണോ ?”

“നീ തന്നെ ഇനി വരുമ്പോൾ ചോദിക്ക്. “ എന്നായിരുന്നു അച്ഛന്റെ മറുപടി.

അടുത്ത തവണ തന്റെ പ്രിയശിഷ്യനും പിന്നീട് സഹപ്രവർത്തകനുമായിത്തീർന്ന ബാലകൃഷ്ണക്കുറുപ്പ് മാഷോട് മകന്റെ സംശയത്തെക്കുറിച്ച് അച്ഛൻ പറഞ്ഞപ്പോൾ വാത്സല്യപൂർവ്വം മകനെ വാരിയെടുത്ത് മടിയിലിരുത്തി മാഷ് പറഞ്ഞു “മോൻ തൊട്ടു നോക്കി സംശയം തീർക്കൂ..!” പക്ഷേ, പയ്യന്റെ സംശയങ്ങൾ അവിടം കൊണ്ട് തീർന്നില്ല.

മടപ്പള്ളി ഗവ: കോളേജിൽ പ്രീഡിഗ്രി സെക്കൻറ് ഗ്രൂപ്പിലെ ബേസിക് മാത്ത്സ്, കണക്കും സയൻസും തീരെ ഇഷ്ടമല്ലാതിരുന്ന പയ്യന് കീറാമുട്ടിയായി. നൂറിലധികം വിദ്യാർത്ഥികളുള്ള, എപ്പോഴും നന്നായി മിനുങ്ങിയെത്തുന്ന പിൻബെഞ്ചുകളിലെ ചേട്ടന്മാർ നിരന്തരം പ്രശ്നങ്ങൾ ഉണ്ടാക്കുന്ന ബഹളം നിറഞ്ഞ ക്ലാസ് റൂം അവന് യാതൊരു പ്രയോജനവും നൽകിയില്ല.

സ്കൂൾ ക്ലാസുകളിലെ സ്ഥിരം ഒന്നാം സ്ഥാനക്കാരൻ ബേസിക് മാത്ത്സിൽ തോറ്റ് തുന്നം പാടി. തുടർന്ന് കിട്ടിയ പല ട്യൂഷൻ ക്ലാസുകളും അവന് ഉപകാരമായില്ല. ബേസിക് മാത്ത്സ് അവന് പേടിസ്വപ്നമായി ത്തീർന്നു.സൈൻ തീറ്റയും കോസ്തീറ്റയും ടാൻ തീറ്റയുമൊക്കെ പല്ലിളിച്ച് കാട്ടി, ഭീകര നൃത്തം ചെയ്ത് അവന്റെ രാവുകൾ നിദ്രാവിഹീനങ്ങളാക്കി. ബേസിക് മാത്ത്സിൽ 16 മാർക്ക് മാത്രം നേടി അവൻ വീണ്ടും തോറ്റ തൊപ്പിയിട്ടു.

വിഷണ്ണനായി മടങ്ങുന്ന അവനെക്കണ്ട മാഷ് തോളിൽ തട്ടി ആശ്വസിപ്പിച്ചു. “നമുക്കതൊക്കെ എളുപ്പം ശരിയാക്കാം. നാളെ മുതൽ വൈകുന്നേരം എൻ്റടുത്തേക്ക് വാ” ഞാൻ പിറ്റേ ദിവസം മുതൽ തന്നെ മാഷിന്റെ ക്ലാസിനെത്തി.

കടത്തനാട്ട് രാജാസിലെ നിരവധി വർഷത്തെ പ്രശസ്തവും പ്രഗൽഭ വുമായ സേവനത്തിന് ശേഷം മാഷ് അന്ന് നാദാപുരത്ത് ഒരു ഹൈസ്കൂ ളിൽ ഹെഡ്മാസ്റ്ററായിരുന്നു. വൈകുന്നേരങ്ങളിൽ മറ്റെല്ലാ തിരക്കുകളും മാറ്റി വെച്ച് പത്ത് പന്ത്രണ്ട് ദിവസങ്ങൾ ഒന്ന് രണ്ട് മണിക്കൂറുകൾ മാഷ് എനിക്ക് ബേസിക് മാത്ത് സ് ക്ലാസെടുത്തു. ബേസിക് മാത്ത്സിനോ ടുള്ള എന്റെ പേടിയും അകൽച്ചയും മാറി എന്നു മാത്രമല്ല ഞാനതിനെ ഇഷ്ടപ്പെട്ടു തുടങ്ങി.

സമയം കിട്ടുമ്പോഴെല്ലാം ഞാൻ Problems ചെയ്തു കൊണ്ടിരുന്നു. ട്രിഗ്ണോമെട്രിയും കാൽക്കുലസുമൊക്കെ എനിക്ക് പ്രിയപ്പെട്ടവയായി. 200 പേജ് നോട്ടുബുക്കുകൾ ഏഴെട്ടെണ്ണം തീർന്നു.

മാഷിന്റെ ക്ലാസുകൾ എനിക്ക് വലിയ ആത്മവിശ്വാസമേകി. Result വന്നപ്പോൾ മാത്ത്സിലെ മരമണ്ടന്റെ മാർക്ക് 16 ൽ നിന്ന് 84 ആയി മാറിയിരുന്നു.

അച്ഛൻ തന്ന ഫീസ് ഒരു കവറിലാക്കി മാഷിന് നൽകാൻ ശ്രമി ച്ചപ്പോൾ അത് നിരസിച്ച് കൊണ്ട് മാഷ് പറഞ്ഞു. “you are not an out sider to me. പണ്ട് എന്റെ മീശ തടവിനോക്കിയ കുഞ്ഞിക്കുട്ടൻ തന്നെ നീ എനിക്കിപ്പോഴും.” മാഷിന്റെ കനത്ത മീശയിൽ അപ്പോൾ നര പടർന്നു തുടങ്ങിയിരുന്നു.

മാത്ത്സ് മാത്രമല്ല ഇംഗ്ലീഷും മലയാളവും ശാസ്ത്ര വിഷയങ്ങളുമെ ല്ലാം അതി വിദഗ്ദ്ധമായി കൈകാര്യം ചെയ്യുന്ന, പ്രാസംഗികനും നടനും മികച്ച അനൗൺസറുമായ മാഷിന്റെ മുഴക്കമുള്ള ഗാംഭീര്യമാർന്ന ശബ്ദത്തിന് കടത്തനാട്ട് രാജാസിലെ അതിവിശാലമായ മൈതാനത്ത് നടക്കാറുള്ള സംസ്ഥാന അത്ലറ്റിക് മീറ്റുകളിൽ പതിനായിരങ്ങൾ ചെവി കൂർപ്പിച്ചിരിക്കാറുണ്ടായിരുന്നു.

കവിതകൾ പഠിപ്പിക്കുമ്പോൾ “മാഷിന്റെ ക്ലാസുകളാണ് എന്റെ പ്രചോദനം” എന്ന് അച്ഛനോട് പറയാറുള്ള ബാലകൃഷ്ണക്കുറുപ്പ് മാഷ് എന്റെ ചേച്ചിമാരെയും പഠിപ്പിച്ചിട്ടുണ്ട്.

സ്കൂൾ നാടക റിഹേഴ്സൽ വേളയിൽ മാഷ് അവതരിപ്പിക്കുന്ന ക്രൂരനായ അച്ഛന്റെ അഭിനയത്തികവിൽ അന്ന് കൊച്ചു കുട്ടിയായിരുന്ന കുഞ്ഞേച്ചി (നാടകത്തിലെ മകൾ) പേടിച്ച് കരഞ്ഞ സംഭവം ഉണ്ടായിട്ടുണ്ട്. അനുനയിപ്പിക്കാൻ മാഷ് അന്ന് ഏറെ പണിപ്പെട്ടു.

A Teacher Should be an actor എന്ന് പറയാറുണ്ടായിരുന്ന മാഷിന്റെ ക്ലാസുകളും മനസ്സിൽ കൊത്തിവച്ച അഭിനയ മുഹൂർത്തങ്ങൾ നിറഞ്ഞവയായിരുന്നു.ഒരു ദിവസം ഒരു ലിഷർപിരിയഡിൽ ഞങ്ങളുടെ എട്ടാം ക്ലാസിൽ എത്തിയ മാഷ് ഒലിവർ ട്വിസ്റ്റിലെ വില്ലൻ ബിൽസൈക്സിന്റെ അപകട മരണം അവതരിപ്പിച്ചത് ഏത് മികച്ച നടനേയും പിന്നിലാക്കുന്ന രീതിയിലായിരുന്നു.

അന്ന് പത്താംതരം വിദ്യാർത്ഥികൾ അച്ചടിയെ വെല്ലുന്ന മാഷിന്റെ കൈപ്പടയിലുള്ള ഓട്ടോഗ്രാഫിനായി തിക്കിത്തിരക്കുമായിരുന്നു

വർഷങ്ങൾ ഒഴുകിയകന്നപ്പോൾ, മാഷിനെ പിന്നീട് കാണുന്നത് ഗുരുവായൂരപ്പന്റെ തിരുനടയിൽ വെച്ചാണ്. ജോലിയിൽ നിന്ന് വിരമിച്ച ശേഷം ഭാര്യ ശാന്ത ടീച്ചർക്കൊപ്പം അന്ന് മാഷ് ഗുരുവായൂരിലായിരുന്നു താമസം. കടുത്ത പ്രമേഹം നിമിത്തം കാലിന്റെ ഒരു വിരൽ മുറിച്ചുമാറ്റിയതിനാൽ വെള്ള സോക്സ് ധരിച്ച മാഷ് ടീച്ചർക്കൊപ്പം ചുറ്റമ്പല നടയിൽ നിൽക്കുകയായിരുന്നു.ഗിരിജയും ഉദയും അന്ന് എനിക്കൊപ്പമുണ്ടായിരുന്നു. ഏറെ സന്തോഷത്തോടെ മാഷ് ഞങ്ങളെ അനുഗ്രഹിച്ചു... പ്രത്യേകിച്ചും കുഞ്ഞുഉദയ് നെ.തിരക്ക് കാരണം ഗുരുവായൂരപ്പന്റെ ദർശനത്തിന് പറ്റിയില്ലെങ്കിലും മനം നിറഞ്ഞ മറ്റൊരനുഗ്രഹത്താൽ ധന്യത നേടിയതായി എനിക്ക് തോന്നി.

ഭാര്യക്കും എഞ്ചിനീയറായ ഏക മകൻ ഉണ്ണിക്കുമൊപ്പം മാഷിപ്പോൾ ചെന്നൈയിൽ ആണെന്നറിയുന്നു... നിരന്തരമായ വായനയിൽ മുഴുകി... കാലത്തിന്റെ അകലങ്ങൾക്ക് അകറ്റി നിർത്താനാവാതെ ഓർമ്മകൾ വീണ്ടും അരികിലെത്തുന്നു.

ഈ ഓർമ്മക്കുറിപ്പ് സ്നേഹാദരങ്ങളോടെ ഞാൻ സമർപ്പിക്കുന്നു... ഞങ്ങളുടെ പ്രിയപ്പെട്ട ബാലകൃഷ്ണക്കുറുപ്പ് മാസ്റ്റർക്ക്.

പെരുമാറ്റത്തിന്റെ പൊരുൾ

നേരം 11 മണി കഴിഞ്ഞിട്ടും വില്ലേജ് ഓഫീസറുടെ പൊടിപോലും കാണുന്നില്ല. ഞാൻ ഓഫീസിന് താഴെ കാത്തുനിൽപ്പ് തുടങ്ങിയിട്ട് കുറേ സമയമായി. അയാൾ ഇനിയെപ്പോഴാണാവോ ഒന്ന് എഴുന്നെള്ളുന്നത്? എന്റെ കാത്തു നിൽപ്പ് ക്ഷമയുടെ നെല്ലിപ്പടി കണ്ടുതുടങ്ങി.

അന്ന് SSLC കഴിഞ്ഞ് മടപ്പള്ളി ഗവ.കോളേജിൽ പ്രീഡിഗ്രിക്ക് ചേരാനുള്ള ഒരുക്കത്തിലാണ് ഞാൻ. അതിന് വില്ലേജ് ഓഫീസിൽ നിന്ന് ഒരു നേറ്റിവിറ്റി സർട്ടിഫിക്കറ്റ് വേണം. അതിനാണ് രാവിലെ മുതൽ ഞാൻ അവിടെ തറി നാട്ടിയതുപോലെ നിൽക്കുന്നത്.

ആദ്യമായി മുണ്ടുടുത്താണ് ഞാൻ ഇറങ്ങിയിരിക്കുന്നത്. പത്താം ക്ലാസ്സുവരെ ട്രൌസർ തന്നെയായിരുന്നു മെല്ലിച്ച് എല്ലുമ്പനായിരുന്ന എന്റെ വേഷം. മുണ്ട് ഉടുത്ത് എനിക്ക് പരിചയമില്ല. അതിനാൽ കട്ടിയുള്ള മൽമൽമുണ്ട് ഉടുത്ത് അഴിഞ്ഞു പോകാതിരിക്കാൻ ബെൽറ്റുമൊക്കെ കെട്ടിയാണ് എന്റെ വരവ്. പുത്തൻകുപ്പായമിട്ടതിന്റെ ഒരു അസ്കൃത വേറെയുമുണ്ട്. കോളേജ് കുമാരനാവാനുള്ള ഒരു മുന്നൊരുക്കത്തിന്റെ ഭാഗമായിട്ടാണ് ഈ റിഹേഴ്സൽ.

വെയിലിന്റെ ചൂട് കൂടി വരുന്നു. ഇതൊന്നും വേണ്ടായിരുന്നു എന്ന് തോന്നി.

പുറമേരി വില്ലേജ് ഓഫീസ് അന്ന് കുനി ങ്ങാടാണ്.വീട്ടിൽ നിന്നും കുറേ നടക്കണം.വില്ലേജ് ഓഫീസ് എന്ന് വെച്ചാൽ ഇന്നത്തെ സെറ്റപ്പൊന്നും തീരെയില്ല. കച്ചവടമില്ലാത്ത പീടികക്ക് മുകളിൽ ചെറിയ ഒരു മുറി. അവിടെ വില്ലേജ് ഓഫീസർ മാത്രം.വിവരം തിരക്കാമെന്ന്

വെച്ചാൽ അവിടെയൊന്നും ഒരു നരജീവിയെപ്പോലും കാണാനില്ല.

കുറച്ച് നേരം കൂടി കഴിഞ്ഞപ്പോൾ വിയർത്തൊലിച്ച്, കക്ഷത്തിൽ ഒരു ബാഗുമായി ഒരു മധ്യവയസ്കൻ കയറി വന്നു. നല്ല കുടവയർ... കഷണ്ടി... അശാന്തൻ...അസ്വസ്ഥൻ.

ഒരാളെക്കണ്ട ആശ്വാസത്തോടെ ഞാൻ പെട്ടെന്ന് കയറി ചോദിച്ചു.

"ഇതെന്താ തുറക്കാത്തത് ?"

ആഗതന്റെ മുഖം അപ്പോൾ കോപം കൊണ്ടു ജ്വലിച്ചു.നരുന്ത് ചെക്കന്റെ ചോദ്യം അയാൾക്ക് തീരെ ഇഷ്ടപ്പെട്ടില്ല എന്ന് വ്യക്തം. അയാൾ എന്നോട് തട്ടിക്കയറി. "അത് ചോയിക്കാൻ ഇഞ്ഞി ആരാടാ ?എനക്ക് തോന്നുമ്പം ഞാൻ തൊറക്കും. ഇനിക്ക് ബിദ്യാഭ്യാസോം ബിവരോം ഒന്നുമില്ലേടാ ?"

അപ്പോഴാണ് അയാൾ വില്ലേജ് ഓഫീസറാണെന്ന തിരിച്ചറിവ് ഒരു വെള്ളിടി പോലെ മനസ്സിൽ വീണത്.സോറി സർ എന്ന് പറയാനുള്ള വിവേകമൊന്നും അന്ന് ആ വിഡ്ഢിപ്പയ്യന് ഉണ്ടായിരുന്നില്ല.

മരഗോവണി ചവിട്ടി കുലുക്കി കയറി അയാൾ ബാഗിൽ നിന്നും താക്കോലെടുത്ത് ആപ്പീസ് തുറന്നു. പഴയ തുണിയെടുത്ത് കസേരയും മേശയുമൊന്ന് തുടച്ചെന്ന് വരുത്തി. എന്നിട്ട് കസേരയിൽ ഉപവിഷ്ട നായി. കഷണ്ടിത്തലയും മുഖവും ടവ്വലയെടുത്ത് അമർത്തി തുടച്ചു.

അപ്പോഴേക്കും ഞാൻ സങ്കോചവും ഒട്ടു വിറയലുമായി അയാൾക്ക് മുന്നിൽ എത്തിയിരുന്നു.

കണ്ണടക്കിടയിലൂടെ രൂക്ഷമായി എന്നെ നോക്കി അയാൾ ചോദിച്ചു. "ആട്ടെ! ഇനിക്കെന്താ ബേണ്ടത് ?"..ഞാൻ എങ്ങിനെയോ കാര്യം പറഞ്ഞൊപ്പിച്ചു. ഒപ്പിടാനുള്ള സർട്ടിഫിക്കറ്റ് അയാൾക്ക് മുന്നിൽ വെച്ചു.

പതുക്കെ അയാൾ ശാന്തത കൈ വരിക്കുന്നതു പോലെ തോന്നി.

"ഇനിക്കെത്ത്റ മാർക്ക്ണ്ട്?" അയാൾ ചോദിച്ചു...336 ഞാൻ മെല്ലെ മറുപടി നൽകി.

അക്കാലത്ത് അത് വലിയ തരക്കേടില്ലാത്ത മാർക്കായിരുന്നു. മാത്ത്സിൽ മരമണ്ടനായ എന്നെ കണക്ക് പരീക്ഷ കണക്കിന് പറ്റിച്ചു. ക്ലാസ് പരീക്ഷകളിൽ 450 ന് മുകളിൽ പോകാറുണ്ടായിരുന്നു. ആ നിരാശയും എന്റെ മറുപടിയിൽ ഉണ്ടായിരുന്നു

പക്ഷേ,എന്നെ വിസ്മയിപ്പിച്ച് കൊണ്ട് പെട്ടെന്നു മുഖമുയർത്തി അയാൾ പറഞ്ഞു..

"മിടുക്കൻ! എന്നിറ്റാമനേ!"

നീട്ടി വലിച്ച് ഒപ്പിട്ടു സീലും ചാർത്തി സർട്ടിഫിക്കറ്റ് അയാൾ എനിക്ക് നേരെ നീട്ടി.എന്നിട്ട് കണ്ണട ഊരി മേശമേൽ വെച്ച ശേഷം എന്നെ നോക്കി പറഞ്ഞു.

ഇപ്പോൾ കണ്ണുകളിൽ വാത്സല്ല്യഭാവമാണ്. കോപത്തിന്റെ കനലുകൾ കെട്ടടങ്ങിയിരിക്കുന്നു. " ഞാൻ അങ്ങനെ പറഞ്ഞേന് മോന് ബെഷമോന്നും തോന്നണ്ട...അപ്പഴത്തെ ഒര് ചൂടിന് അങ്ങനൊക്കെ പറഞ്ഞും പോയി.ബിട്ടു കള "

ഞാനതൊക്കെ എപ്പഴേ വിട്ടു കളഞ്ഞു എന്ന് ആർത്തു വിളിക്കണെമെന്നുണ്ടായിരുന്നു എനിക്ക്.ആ സാഹചര്യത്തിൽ നിന്ന് രക്ഷപ്പെട്ട സന്തോഷമായിരുന്നു എനിക്കപ്പോൾ.

മേശപ്പുറത്ത് നിന്ന് ഗാന്ധിജിയെക്കുറിച്ചുള്ള ഒരു കൊച്ചു പുസ്തകം എനിക്ക് തന്നിട്ട് അയാൾ പറഞ്ഞു "ഞ്ഞി ഇതൊക്കെ ബായിച്ച് പഠിക്ക്! നല്ലണം പഠിച്ച് മിടുക്കനാക്"

പുസ്തകം വാങ്ങി Thank you Sir എന്ന് പറയാൻ എന്തു കൊണ്ടോ എനിക്കായി. യാത്രയും പറഞ്ഞ് ആശ്വാസത്തിന്റെ കുളിർമ്മയിൽ വെയിലിന്റെ ചൂടറിയാതെ ഞാൻ വീട്ടിലെത്തി.

മുഖം കഴുകി കുറേ തണുത്ത വെള്ളവും കുടിച്ച് വന്ന എന്നോട് അച്ഛൻ ചോദിച്ചു..."എന്തായി കിട്ടിയോ?''

"കിട്ടി ! നല്ലോണം കിട്ടി." ഞാൻപറഞ്ഞു.

സംഭവിച്ചതെല്ലാം വള്ളി പുള്ളി വിടാതെ ഞാൻ അച്ഛനോട് വിസ്തരിച്ചു.അപ്പോൾ അദ്ധ്യാപകനായ അച്ഛൻ പൊട്ടിച്ചിരിച്ചു.എന്നിട്ട് പറഞ്ഞു '"ഭേഷ്! നന്നായി ! ഇത് നിനക്ക് കിട്ടിയ ഒരു പാഠമാണ്. നല്ല പെരുമാറ്റത്തെക്കുറിച്ചുള്ള പാഠം. നീ ടെക്സ്റ്റ് ബുക്കിൽ പഠിക്കാത്തത്.ഇത്തരം കാര്യങ്ങൾ നിനക്ക് ജീവിതത്തിൽ ഇനിയും ഒട്ടേറെ പഠിക്കാനുണ്ടാവും."

ശരിയാണല്ലോ... എന്റെ പെരുമാറ്റത്തിന്റെ തകരാറല്ലേ എല്ലാറ്റിനും കാരണമായത്... എനിക്ക് തോന്നി,ഒരർത്ഥത്തിൽ പെരുമാറ്റത്തിലെ താളപ്പിഴകളും വൈകല്ല്യങ്ങളുമല്ലേ ജീവിതത്തിലെ മിക്ക പ്രശ്നങ്ങൾക്കും കാരണം?

അങ്ങിനെ അന്നെനിക്ക് പെരുമാറ്റത്തിന്റെ പൊരുൾ ഏകദേശം പിടി കിട്ടി.

അടിയോടിയുടെ അന്ത്യം

"മോൻ ബേഗം പോയി കൊറച്ച് കഞ്ഞീരെ ബെള്ളം കൊണ്ടത്താ!"

പതിവുപോലെ ഒറ്റക്കാലിൽ ഉമ്മറക്കോലായിലെ തൂണും ചാരി നിന്ന് പകൽക്കിനാവ് കാണുകയായിരുന്ന എട്ടു വയസ്സുകാരൻ പെട്ടെന്ന് ഞെട്ടിയുണർന്ന് ചുറ്റുപാടുകളിലേക്ക് തിരിച്ചു വന്നു.

വിയർത്തൊലിച്ച്, പരിക്ഷീണനായി, എഴുപത്തഞ്ചിലേറെ പ്രായമുള്ള ശങ്കരൻ അടിയോടി മുറ്റത്ത് നിന്ന് ചോദിക്കുകയാണ്.കരിവീട്ടിയുടെ നിറമുള്ള തടിച്ച് പരന്ന് ഉയരം കുറഞ്ഞ ദേഹത്ത് നിന്ന് വിയർപ്പ് ചാലുകളായി ഒഴുകിയിറങ്ങുന്നുണ്ട്. ചെളിയിലും പൊടിയിലും വിയർപ്പിലും കുതിർന്ന തോർത്ത് മുണ്ട് മാത്രം അരയിൽ . നട്ടുച്ച വെയിലിൽ കഷണ്ടിത്തലയുടെ വെട്ടിത്തിളക്കം. പണിക്കിടയിൽ പറമ്പിൽ നിന്നുള്ള വരവാണ്.

പുറമേരിയിലെ ഞങ്ങളുടെ വാടക വീടായ താഴെമഠത്തിൽ പറമ്പിൽ തെങ്ങിന് തടം കോരലും തുപ്പിടലും വെണ്ണീരിടലും ഒക്കെ തകൃതിയായി നടക്കുകയാണ്.

കുലോത്തെ കാര്യസ്ഥനാണ് ശങ്കരൻഅടിയോടി.അയാൾക്കൊപ്പം അഞ്ചാറു പണിക്കാർ വേറെയുമുണ്ട്.

പ്രായം നോക്കാതെ രാവിലെ മുതൽ മറ്റു പണിക്കാർക്കൊപ്പം അടിയോടിയും കഠിനമായ അധ്വാനത്തിലാണ്.

ഒരു മുണ്ട് മാത്രം ചുറ്റി, ഷർട്ടിടാതെ, എണ്ണകിനിയുന്ന തടിച്ച ദേഹവുമായി കിതച്ച് കൊണ്ട് നടക്കുന്ന ശങ്കരൻ അടിയോടി പുറമേരിയിലെ ഒരു പതിവു കാഴ്ചയാണ്.

വീടിന് തൊട്ടടുത്ത അമ്പലത്തിലെ സന്ധ്യക്കുള്ള പ്രദക്ഷിണത്തിൽ. കുത്തുവിളക്കെടുത്ത്, മേലാകെ ഭസ്മം പൂശി അടിയോടിയുമുണ്ടാകും.

കുത്തുവിളക്കിന്റെ തിരി വെട്ടത്തിൽ, അടിയോടിയുടെ തടിച്ച ശരീരത്തിൽ ദുർമേദസ് താളാത്മകമായി തിരുവാതിര കളിക്കുന്നത് കൗതുകത്തോടെ ഞാൻ നോക്കി നിൽക്കാറുണ്ട്. എട്ടു വയസ്സുകാരന്റെ പൊട്ടത്തരങ്ങളിൽ അന്ന് അതും ഒരു ഐറ്റമായിരുന്നു.

ഞങ്ങൾ കുട്ടികളെ കണ്ടാൽ അടിയോടിയുടെ മുഖം ഒരു പ്രത്യേക രീതിയിൽ വക്രിക്കും. ഒരു പക്ഷേ, ചിരിക്കുന്നതായിരിക്കാം.കുട്ടികൾക്കെല്ലാം അടിയോടിയെ ഭയമാണ്. എനിക്കും...

അയാൾ നടന്നുവരുമ്പോൾ ചിത്രങ്ങളിൽ കണ്ടിട്ടുള്ള ഭീമാകൃതിയിലുള്ള ഒരു ആമയേയാണ് ഓർമ്മ വരിക.

അങ്ങിനെയുള്ള ശങ്കരൻ അടിയോടിയാണ് ഇപ്പോൾ ക്ഷീണിതനായി മുന്നിൽ...

ഞാൻ അതിവേഗം അടുക്കളയിലേക്കോടി. അമ്മയോട് കാര്യം പറഞ്ഞു. ചൂടു കഞ്ഞിവെള്ളത്തിൽ ഉപ്പുമിട്ട് അമ്മ തന്നെ ഒരു പാത്രത്തിൽ ഉമ്മറക്കോലായിൽ കൊണ്ട് വെച്ചു. അമ്മ തിരക്കിട്ടു അടുക്കളയിലേക്ക് തന്നെ പോയി. അടിയോടി അപ്പോൾ ഉമ്മറക്കോലായിൽ ഇരിക്കുകയായിരുന്നു കിതപ്പോടെ...

അടിയോടി പാത്രത്തിലെ കഞ്ഞി വെള്ളം മുഴുവൻ ഒറ്റ വലിക്ക് മടമടാ എന്ന് കുടിക്കുന്നതും നോക്കി ഞാൻ നിൽക്കുകയായിരുന്നു.

അടുത്ത നിമിഷം പാത്രം അടിയോടിയുടെ കൈയ്യിൽ നിന്നും പിടിവിട്ടു തെറിച്ചു വീണു.

ഇരുന്ന ഇരിപ്പിൽ തന്നെ അടിയോടി പുറകിലേക്ക് "ഥഢ്" എന്നൊരു ശബ്ദത്തോടെ മലർന്നടിച്ചു വീണു...

ഒരു ഏമ്പക്കം പോലെയോ എക്കിൾ പോലെയോ ഉള്ള ശബ്ദം... മുഖത്ത് വിചിത്രമായ ഒരു ചേഷ്ട... ശരീരം മുഴുവൻ ഒന്നു വെട്ടി വിറച്ചു. പൊടുന്നനവേ ആ വലിയ ശരീരം നിശ്ചലമായി...

"അയ്യോ! അയ്യോ! എല്ലാരും ഓടി വാ ഓടി വാ!"ഏതോ ഒരു ഉൾവിളിയിൽ ഞാൻ ഉറക്കെ വിളിച്ചു കൂവി.

പറമ്പിൽ നിന്ന് പണിക്കാരും വലിയ തമ്പുരാന്റെ മകൻ രാജനും അകത്ത് നിന്ന് അമ്മയും ശാന്തേച്ചിയുമൊക്കെ ഓടിയെത്തി.

അടിയോടിയുടെ കൈപിടിച്ചു നോക്കിയ രാജേട്ടന്റെ മുഖം പെട്ടെന്ന് വിളറി വെളുത്തു. "രാജാ ! പൾസ് നോക്ക്!" ശാന്തേച്ചി പറഞ്ഞു.''

"ഞാൻ നോക്കി. ഇല്ല..'' രാജേട്ടൻ മുഖം കുനിച്ച് മെല്ലെ പറഞ്ഞു.

മരണത്തിന്റെ തണു ത്തുറഞ്ഞ കൈകൾ അടിയോടിയുടെ പ്രാണൻ അപഹരിച്ച് അപ്പോഴേക്കും കടന്നു കളഞ്ഞിരുന്നു.

അടുത്തുള്ള ക്ലിനിക്കിൽ നിന്നും വിജയൻ ഡോക്ടർ എത്തി മരണം സ്ഥിരീകരിച്ചു.

അടിയോടി ഹാർട്ട് അറ്റാക്ക് ആയി മരിച്ച വിവരം നാട്ടിൽ വൈക്കോൽ ക്കൂനക്ക് തീപിടിച്ച പോലെ പടർന്നു.മുറ്റവും പരിസരവും ആളുകളെ കൊണ്ട് നിറഞ്ഞു.

അടിയോടിയുടെ നിശ്ചലമായ ദേഹം ഉമ്മറക്കോലായിൽ കിടത്തി.

അപ്പോഴേക്കും അടിയോടിയുടെ ഭാര്യയും മക്കളും പേരമക്കളും പാഞ്ഞെത്തി. മാറത്തടിച്ച് കൂട്ട നിലവിളിയായി.ആരുടെ സാന്ത്വനവും അവരെ സമാശ്വസിപ്പിച്ചില്ല.

കോവിലകത്ത് നിന്ന് ഒരു പഴയ മരപ്പലക കൊണ്ട് വന്ന് മൃതദേഹം അതിൽ ചേർത്തു കെട്ടി. പലകയിൽ നിന്നും അടിയോടിയുടെ തടിച്ച ശരീരം പുറത്തേക്ക് തള്ളി നിന്നിരുന്നു.

അലമുറയിട്ടു കരയുന്ന പെണ്ണുങ്ങളും കുട്ടികളും അകമ്പടിയായി അടിയോടിയുടെ വിറങ്ങലിച്ച ദേഹം പണിക്കാർ തോളിലേറ്റി നടന്നു നീങ്ങി. ഒപ്പം നാട്ടുകാരും...

എല്ലാവരും പിരിഞ്ഞ് പോകുംവരെയും പിന്നെ രാത്രി വരെയും ഞങ്ങളുടെ സുരക്ഷക്കായി അച്ഛന്റെ സുഹൃത്ത് കുട്ട്യപ്പ നായർ ഉമ്മറക്കോലായിൽ ഇരിപ്പുണ്ടായിരുന്നു...(അച്ഛൻ അന്ന് കുമാരി ഏച്ചിയെ പരീക്ഷ എഴുതിക്കാനായി കോഴിക്കോട്ടായിരുന്നു. രണ്ടു ദിവസം കഴിഞ്ഞേ തിരിച്ചു വരികയുള്ളൂ.) പൊളിച്ച കോവിലകത്തിന്റെ കാവലുള്ള വേലായുധേട്ടനും വിളിച്ചാൽ ഓടിയെത്തുമെന്ന് പറഞ്ഞ് ഞങ്ങൾക്ക് ധൈര്യമേകി.

എങ്കിലും പല രാത്രികളിലും അടിയോടിയുടെ മരണം എന്റെ ഉറക്കം കെടുത്തി.

അതായിരുന്നു ഞാൻ ആദ്യമായിക്കണ്ട മരണത്തിന്റെ മുഖം...

ഞാറ്റടിപ്പാട്ട്, കഞ്ഞി, ഗവേഷണം.

വയലേലകളിൽ വടക്കൻ വീരഗാഥകൾ പാടി അവർ വിരസത യകറ്റി.

കോരിച്ചൊരിയുന്ന മഴയത്ത്, മുട്ടൊപ്പം ചെളിവെള്ളത്തിൽ, കൊര മ്പയുടെ മാത്രം പ്രതിരോധത്തിൽ, മറ്റുള്ളവരെ അന്നമൂട്ടാനും സ്വന്തം അന്നത്തിനായും അവർ വയലിൽ ഞാറുകൾ നട്ടു.

ഞങ്ങളുടെ കുട്ടിക്കാലത്ത്, പുറമേരിയിലെ വയലേലകൾ ഞാറ്റു പാട്ടുകളാൽ മുഖരിതമായിരുന്നു. ചേറിന്റെ ചൂരുള്ള, പ്രത്യേക ഈണത്തി ലുള്ള ഞാറ്റടിപ്പാട്ടുകളിൽ അങ്കച്ചേകോൻമാർ പുനരവതരിച്ചു. തച്ചോളി ഒതേനനും ആരോമലുണ്ണിയും ചതിയൻ ചന്തുവും കുങ്കനും ഉണ്ണിയാർച്ചയും കടത്തനാട്ട് മാക്കവും അങ്കച്ചമയങ്ങളോടെ പെരുമഴയത്ത് പുറമേരി യിലെ പുഞ്ചപ്പാടങ്ങളിലേക്ക് പിടഞ്ഞുണർന്ന് പാഞ്ഞു വന്നു.

കനത്ത മഴയിൽ നനഞ്ഞൊലിച്ച്, തണുത്ത് വിറച്ച് ഞാറ്റു പാട്ടു ഗായക സംഘം (ഏഴെട്ടു പേർ കാണും) താഴെ മഠത്തിലെ ആത്തോലി ന്റെ (അമ്മയുടെ) തിളക്കുന്ന കഞ്ഞി വെള്ളം കുടിക്കാനായി, ഞങ്ങളുടെ ചെറിയ വാടക വീടിന്റെ വടക്കുവശത്തുള്ള ഇറയത്തേക്ക് വരും.

അപ്പോഴേക്കും അമ്മ അരിവാർത്തിട്ടുണ്ടാകും. ചൂടു കഞ്ഞിവെള്ള ത്തിൽ കുറച്ച് വറ്റും ഉപ്പുമിട്ട്, തൊട്ടു കൂട്ടാൻ കറിയോ അച്ചാറോ സഹിതം അമ്മ അവർക്ക് സ്നേഹത്തോടെ നൽകും. ചൂടു കഞ്ഞി വെള്ളവും മോന്തി തണുപ്പകറ്റി, ആത്തോലിനോട് അഞ്ചാറു പയമയും പറഞ്ഞ്, അവർ വയലിലേക്ക് തിരിച്ചിറങ്ങും.വീണ്ടും പണിയിൽ, പാട്ടിൽ മുഴുകും.

ചെളി ചെത്തിക്കൂട്ടിയ വയൽ വരമ്പിലൂടെ, വഴുതി വീഴാതിരിക്കാൻ ശ്രദ്ധിച്ച്, കൈയ്യിൽ പുസ്തകക്കെട്ടുമായി, സ്കൂളിലെ കാര്യങ്ങളോർത്ത് വലിഞ്ഞുമുറുകിയ മനസ്സും മുഖവുമായി നടന്നു പോകുന്ന ഞങ്ങൾ സ്കൂൾ കുട്ടികളെ നോക്കി, ഞാറ് നടുന്നത് തെല്ലിട നിർത്തി, നിവർന്നു നിന്ന് ഞങ്ങളുടെ മുഖങ്ങളിലേക്ക് ഉറ്റുനോക്കി, ഒരു കുസൃതിച്ചിരിയോടെ അവർ പാടും.

"ഒരിക്കാ ചിരിക്കുകീ പല്ല്കാണട്ട്
ഒരിക്കാ ചിരിക്കുകീ പല്ല് കാണട്ട്"

അത് കേട്ടാൽ എത്ര അമർത്തിപ്പിടിച്ചാലും ഞങ്ങൾക്ക് ചിരി പൊട്ടി പ്പൊട്ടി വരും. ഞൊടിയിടയിൽ ഞങ്ങളുടെ ടെൻഷനൊക്കെ പോകും. ആർത്തു ചിരിച്ച് ഉൽസാഹഭരിതരായി ഞങ്ങൾ സ്കൂളിലേക്ക് പോകും.

അങ്ങിനെയിരിക്കെ, ഒരിക്കൽ തിരുവനന്തപുരത്ത് നിന്ന് യൂനിവേഴ്സിറ്റി പ്രൊഫസറും, ഭാഷാശാസ്ത്ര ഗവേഷകനുമായ, അച്ഛന്റെ അടുത്ത സുഹൃത്ത്, R.V.K തമ്പുരാൻ തന്റെ ഗവേഷണത്തിന്റെ ഭാഗമായുള്ള ജോലികൾക്കായി പുറമേരിയിൽ എത്തി. കടത്തനാടിന്റെ കഥകൾ, ഭാഷാശൈലികൾ, പ്രയോഗങ്ങൾ, നാടൻ പാട്ടുകൾ എല്ലാം ഗവേഷണ പരിധിയിൽ വരും. RVKTരണ്ടു മൂന്നുമാസം ഞങ്ങൾക്കൊപ്പമായിരുന്നു താമസവും ഭക്ഷണവുമൊക്കെ. ഒരു കുടുംബാംഗത്തെ പ്പോലെയായിരുന്നു ഞങ്ങൾക്കദ്ദേഹം.

നാടിന്റെ തനിമയുണർത്തുന്ന ഞാറ്റടിപ്പാട്ടുകളും അദ്ദേഹത്തിന് റിക്കോർഡ് ചെയ്യണമായിരുന്നു.

ഒരു നാൾ ഗായക സംഘം ഞങ്ങളുടെ വീട്ടിലെത്തി. മുറ്റത്ത് വെച്ച് അവർ ഞാറ്റുപാട്ടുകൾ തകർത്തു പാടി.തമ്പുരാൻ അത് റിക്കോർഡു ചെയ്തു.

സുതാര്യമായ സ്ഫടിക വൃത്തങ്ങളിലൂടെ, നനുത്ത നേരിയ നാടകൾ ചുറ്റിത്തിരിയുമ്പോൾ, തങ്ങളുടെ പാട്ടുകൾ വീണ്ടും കേട്ട് അവർ അത്ഭുതം കൂറി.പിന്നെ ശ്രദ്ധിച്ചു കേട്ടു .പാരിതോഷികമായി ലഭിച്ച പുത്തൻ നോട്ടുകൾ മടിയിൽ തിരുകി സന്തോഷത്തോടെ നടന്നകന്നു.

നാലഞ്ചു വർഷങ്ങൾക്ക് മുമ്പ് ശാന്തേച്ചിയുടെ അടുത്ത് ചെന്നപ്പോൾ പുറമേരിയിലെ ഇടവഴികളിലൂടെ വെറുതെ നടന്നു. അമ്പരിപ്പിക്കുന്ന മാറ്റങ്ങൾ, നാടിനും നാട്ടാർക്കും.

ഇടവഴികൾ പിന്നിട്ടപ്പോൾ, കൊള്ളും ചാരി നിൽക്കുന്ന ചീരുവിനെ കണ്ടു. എന്റെ കൂടെ LP ക്ലാസുകളിൽ പഠിച്ച, വലിയ കണ്ണുകളുള്ള കുഞ്ഞിക്കണ്ണന്റെ അമ്മ.(പണ്ടത്തെ ഗായക സംഘത്തിന്റെ നായിക) പറഞ്ഞപ്പോൾ എന്നെ പെട്ടെന്ന് മനസ്സിലായി.അവർ തലയിൽ കൈവച്ച് പറഞ്ഞു "ഉയ്യെന്റെ മോനേ! ഞാനെന്താണിക്കാണ് ന്നതപ്പാ!"

കുഞ്ഞിക്കണ്ണൻ ഗൾഫിലാണത്രെ.

സ്ലെയ്റ്റ് മായ്ക്കാൻ തടിച്ചമഷിത്തണ്ടുകൾ (വെള്ളം കവിളി) എനിക്ക് കൊണ്ടുവന്നു തന്നിരുന്ന കൂട്ടുകാരൻ. ഞാൻ കൊടുക്കുന്ന കുവ പെൻസിൽ കഷ്ണങ്ങൾ നിധിപോലെ സൂക്ഷിച്ചു വെക്കാറുള്ള കുഞ്ഞിക്കണ്ണൻ.

ചീരുവമ്മ അമ്മയെപ്പറ്റി തിരക്കി. അമ്മ ഓർമ്മയായെന്ന് പറഞ്ഞപ്പോൾ അവരുടെ കണ്ണുകൾ നനഞ്ഞു. "എത്ത്റ കഞ്ഞിരെ വെള്ളും കറീം ഞാക്ക് പാർന്ന് തന്ന കയ്യേനു അദ്. ഓറ് തെരുന്ന കറിക്കെല്ലും എന്തേനു രുശി! അതെല്ലും ഒര്കാലം!" ഒരു നിമിഷം അവർ മുഖം മുകളിലേക്കുയർത്തി കണ്ണുകൾ ചിമ്മി.

പണ്ടത്തെ ഞാറ്റുപാട്ടുകളെപ്പറ്റി പറഞ്ഞപ്പോൾ എനിക്കായി രണ്ടു വരി അവർ പാടാൻ ശ്രമിച്ചു.

"തച്ചോളി ഓമനക്കുഞ്ഞോ തേനൻ തച്ചോളി ഓമനക്കുഞ്ഞോ തേനൻ... ചുമയും ശ്വാസതടസ്സവും അവരെ തുടരാനനുവദിച്ചില്ല.വിട പറഞ്ഞപ്പോൾ വിറയാർന്ന കൈകൾ വീശി അവർ അനുഗ്രഹിച്ചു.

പഴയ പാടശേഖരങ്ങൾ അപ്രത്യക്ഷമായിരുന്നു. ആയഞ്ചേരി കോവിലകത്തിന്റേതായിരുന്നു മിക്കതും.അന്ന് കോവിലകത്തിന്റെ വിശാലതയിലേക്ക് ചെറിയ കുട്ടികളായ കുഞ്ഞേച്ചിയും ഞാനും കളിക്കാൻ പോകാറുണ്ടായിരുന്നു. അവിടത്തെ ഉദയേട്ടനും രാജേട്ടനും (നീലേശ്വരം രാജാസിലെ മുൻ HM,അധ്യാപക പ്രതിഭയും, മികച്ച കായിക കോച്ചും നാട്ടിലെ സാമൂഹ്യ, സാംസ്കാരിക, ആദ്ധ്യാത്മിക മേഖലകളിലെ സജീവ സാന്നിധ്യവുമായ മാനവർമ്മ മാസ്റ്റർ), തങ്കമണിയേച്ചി, ഉണ്ണികൃഷ്ണേട്ടൻ, ഉദയേട്ടന്റെ പത്നി വത്സലേച്ചി എന്നിവരെല്ലാം അന്നത്തെ ഞങ്ങളുടെ

ഹീറോസും ഹീറോയിൻസുമായിരുന്നു. എല്ലാവരും അച്ഛന്റെ പ്രിയപ്പെട്ട ശിഷ്യരായിരുന്നു.

"കൃഷിപ്പണിക്ക് ആൾക്കാരെ കിട്ടാത്തതിനാൽ വയലുകളെല്ലാം വിറ്റു!" ഉദയേട്ടൻ വിഷമത്തോടെ പറഞ്ഞു .

ഞങ്ങൾ പണ്ടു താമസിച്ചിരുന്നതിന് താഴെയുണ്ടായിരുന്ന, ഞാറ്റടിപ്പാട്ടുകൾ ഉയർന്നു കേട്ടിരുന്ന വയലുകളുടെ സ്ഥാനത്ത് ഇന്ന് ഒരു ഇംഗ്ലീഷ് മീഡിയം സ്കൂൾ ഉയർന്നു നിൽപ്പുണ്ട്. രാജേട്ടൻ ഇക്കാര്യം മുമ്പൊരിക്കൽ കണ്ടപ്പോൾ പറഞ്ഞിരുന്നു.

കാലം കറുത്ത ചായം തേച്ച, പച്ചപ്പില്ലാത്ത, ഊഷരമായ ഉഷ്ണഭൂമിയിലൂടെ തിരികെ നടക്കുമ്പോൾ മനസ്സിലോർത്തു. എങ്കിലും എല്ലാം എത്ര പെട്ടെന്നാണ് മാറിമറിയുന്നത്! അവർ പാടിയതുപോലെ: "തുപ്പിയതുപ്പലുണങ്ങും മുമ്പേ...

തുപ്പിയതുപ്പലുണങ്ങും മുമ്പേ "

ഈ ഓർമ്മക്കുറിപ്പ് അമ്മക്കും എന്നും ഹരിതാഭമായ പുറമേരിയിലെ സ്നേഹ സ്മരണകൾക്കും സമർപ്പിക്കുന്നു.

പത്താം ക്ലാസിലെ പരിഭാഷകൻ

“നിന്റെ അപ്പൻ ഞങ്ങൾക്കൊക്കെ എന്തൊരാവേശമായിരുന്നെന്നോ? ഞങ്ങളൊക്കെക്കൂടെ അന്ന് എന്തൊക്കെ വിക്കറസ്സുകളാ ഒപ്പിച്ചിരുന്നതെന്ന് ഇനിക്കറിയോ എന്റെ കുഞ്ഞിമ്മോനേ!”

മുറുക്കാൻ മുറ്റത്തേക്ക് നീട്ടി തുപ്പി, പുറമേരി പറപ്പട്ടോളി തറവാട്ടിന്റെ ഉമ്മറക്കോലായിലിരുന്ന്, തൊണ്ണൂറിലേക്കടുക്കുന്ന കുഞ്ഞിക്കൃഷ്ണൻ അടിയോടിമാഷ് വാത്സല്യപൂർവ്വം എന്നെ നോക്കി പറഞ്ഞു.

ഒലിച്ചിറങ്ങുന്ന മുറുക്കാൻ ചാലുകൾ തുടച്ച് നീക്കി, മങ്ങിത്തുടങ്ങുന്ന ഓർമ്മകളുടെ മാറാലകൾ തട്ടിയകറ്റി മാഷിന്റെ ആത്മഗതം. “എന്തൊരു നല്ല കാലമായിരുന്നു അതൊക്കെ...”

സഹപാഠിയും തന്റെ ആത്മ സുഹൃത്തുമായിരുന്ന അപ്പനെപ്പറ്റി (എന്റെ അച്ഛന്റെ അനിയൻ) മാഷ് അന്ന് കുറേ സംസാരിച്ചു.

കലാകായിക രംഗങ്ങളിൽ തോളോട്ടുതോൾ ചേർന്ന് ഒരുമയുടെ പര്യായമാവുന്ന കൂട്ടുകാർ യുവജനോത്സവ മൽസരങ്ങളിൽ ബദ്ധശത്രുക്കളാകുന്ന കാര്യമൊക്കെ...

പക്ഷേ, അത് വർഷങ്ങൾക്ക് മുൻപായിരുന്നു...

പുറമേരിയിൽ വെച്ച് ദീർഘമായ ഇടവേളകളിൽ കാണുമ്പോഴെല്ലാം മോനേ എന്ന് വിളിച്ച് അരികിലെത്തുന്ന സന്തോഷത്തിന്റെ സ്നേഹസ്പർശം ഇന്ന് വേദനിപ്പിക്കുന്ന ഒരോർമ്മയാണ്... മാഷ് ഇന്ന് വിസ്മൃതിയുടെയും വിഭ്രാന്തിയുടെയും നിലയില്ലാക്കയങ്ങളിൽ മുങ്ങിയും പൊങ്ങിയും... ചിലപ്പോൾ കുഴിയിലാണ്ട കണ്ണുകൾ ശൂന്യതയിൽ തറപ്പിച്ച്... മറ്റു ചിലപ്പോൾ വായിൽ വരുന്ന തെറിയൊക്കെ ഉറക്കെ വിളിച്ചു പറഞ്ഞ്...

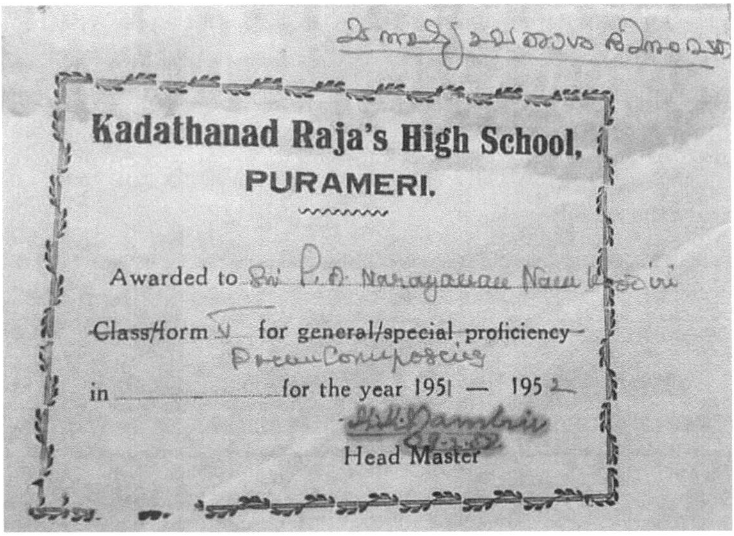

Kadathanad Raja's High School,
PURAMERI.

Awarded to
Class/Form for general/special proficiency
in for the year 1951 — 1952
Head Master

ഓർമ്മകളിലേക്ക് വരാം വീണ്ടും.

ഓരോ ഓർമ്മകൾക്കും ഓരോ ഗന്ധമാണ്. അപ്പന്റെ ഓർമ്മകൾക്ക് ബീഡിപ്പുകയുടെ ഗന്ധമാണ്. മാഷിന്റെ ഓർമ്മകൾക്ക് നാലുംകൂട്ടി മുറുക്കിയതിന്റെ മണവും...

ഇന്ന്, തൊണ്ണൂറിലെത്തി നിൽക്കുന്ന അപ്പന്റെ തീക്ഷ്ണ യൗവ്വനത്തിന് കാലം കാര്യമായ പരിക്കുകളൊന്നും ഏൽപ്പിച്ചിട്ടില്ല. അപ്പനെക്കുറിച്ചുള്ള എന്റെ ഈ ഓർമ്മ അടിയോടി മാഷെന്ന അപ്പന്റെ സഹപാഠിയിൽ നിന്ന് ഞാൻ കേട്ടിട്ടുണ്ട്...അച്ഛനിൽ നിന്നും ആവേശക്കൊടുമുടി കയറിയ അപ്പനിൽ നിന്നും പലതവണ...

പലരിൽ നിന്നും പല തവണ കേട്ടതാണെങ്കിലും അതൊന്നുകൂടി കേൾക്കാൻ പയ്യനായ ഞാൻ അതാദ്യമായി കേൾക്കുകയാണെന്ന ഭാവത്തിൽ, വായും പൊളിച്ചിരിക്കും.

അല്ലെങ്കിലും ചിലതൊക്കെ, കാണുന്നതിനേക്കാൾ കേൾക്കുന്നതിലല്ലേ ഒരിത്...?

ഒരു രസം...?

കേട്ട ഗാനം മധുരം.. കേൾക്കാത്തതോ? മധുരതരം...

കാലം ബഹുദൂരം പിന്നോട്ട് പായണം... വർഷം 1951-52. അപ്പൻ അന്ന് കടത്തനാട്ട് രാജാസ് ഹൈസ്കൂളിൽ Fifth Form വിദ്യാർത്ഥി. താമസം ഏട്ടനും അതേ സ്കൂളിൽ അധ്യാപകനും ആയ എന്റെ അച്ഛനോടൊപ്പം.

പ്രഗൽഭനായ ഇംഗ്ലീഷ് അധ്യാപകൻ, ഹെഡ്മാസ്റ്റർ കൂടിയായ കെ.കെ.നമ്പ്യാർ മാഷിന്റെ ക്ലാസ് നടക്കുകയാണ്. നീളം കൂടിയത് കൊണ്ട് ക്ലാസിൽ പിൻബഞ്ചിലാണ് വിദ്യാർഥിയായ അപ്പൻ... കെ.കെ. നമ്പ്യാർ മാഷ് ഉഗ്രശാസനൻ... അച്ചടക്കത്തിന്റെ ആൾരൂപം...

ഒരു നോട്ടം കൊണ്ട് മാത്രം വിദ്യാലയത്തെ നിശ്ശബ്ദമാക്കുന്ന ആജ്ഞാശക്തി...

വിദ്യാർത്ഥികൾക്കിടയിലും അധ്യാപകർക്കിടയിലും അതീവ രഹസ്യമായി "സിംഹം"എന്ന വട്ടപ്പേര്... പേരിനെ അന്വർത്ഥമാക്കുന്ന അർപ്പണബോധമാർന്ന അതുല്യ വ്യക്തിത്വം...

(ഇവിടെ വിഷയം ഇതല്ല.

കെ.കെ. നമ്പ്യാർ മാഷെപ്പറ്റി പിന്നീടെഴുതാം.)

അപ്പോൾ നമുക്ക് അന്നത്തെ അപ്പന്റെ ക്ലാസിലെത്താം.

മഹാകവി രബീന്ദ്രനാഥ ടാഗോറിന്റെ ഗീതാഞ്ജലിയിൽ നിന്നുള്ള പദ്യഭാഗമാണ് മാഷ് പഠിപ്പിക്കുന്നത്. സൂചി വീണാൽ കേൾക്കുന്ന നിശ്ശബ്ദത.

പദ്യഭാഗം അവസാനത്തോടടുത്ത്, ക്ലാസ് തീരാൻ ഏതാനും നിമിഷങ്ങൾ മാത്രമുള്ളപ്പോഴാണ് മാഷ് ഒരു കാര്യം ശ്രദ്ധിച്ചത്.

ക്ലാസിലെ അതിസമർത്ഥനായ വിദ്യാർത്ഥി തന്റെ പ്രിയ ശിഷ്യൻ നാരായണൻ നമ്പൂതിരി (അപ്പൻ) ക്ലാസിൽ ശ്രദ്ധിക്കാതെ എന്തോ കുത്തിക്കുറിക്കുന്നത് അദ്ദേഹം കണ്ടു. മാസ്റ്റർ തെല്ലൊരു കോപത്തോടെ നാരായണനോട് കാര്യം തിരക്കി.വിനയപൂർവ്വം വിറയലോടെ എഴുന്നേറ്റ് നിന്ന് നാരായണൻ താൻ എഴുതിക്കൊണ്ടിരുന്ന പേപ്പർ മാസ്റ്റർക്ക് നൽകി. നിന്ന നിൽപ്പിൽ മാഷ് അത് വായിച്ചു.ആ അധ്യാപക പ്രതിഭയുടെ കണ്ണുകൾ വിസ്മയത്തോടെ തന്റെ മുന്നിലെ വിദ്യാർത്ഥി പ്രതിഭയെ ഉറ്റുനോക്കി.

മാഷ് ക്ലാസിൽ പഠിപ്പിച്ച Poetryയുടെ അതിമനോഹരമായ മലയാള പരിഭാഷയായിരുന്നു അത്.അഭിനന്ദനങ്ങൾ അറിയിച്ച ശേഷം അദ്ദേഹം അത് Black Board ൽ പകർത്തിയിട്ടു മറ്റു വിദ്യാർഥികളോട് പകർത്തിയെടുക്കാൻ നിർദ്ദേശിച്ചു...

തുടർന്നു വന്ന മനുഷ്യാവകാശ ദിനാചരണ ചടങ്ങിൽ, ഈ കൊച്ചു പ്രതിഭക്ക് ആ പ്രഥമാധ്യാപകൻ സമുചിതമായ ഒരു സമ്മാനത്തിലൂടെ പ്രോൽസാഹനമേകി.

കുഞ്ഞിക്കുട്ടൻ തമ്പുരാന്റെ പദ്യകൃതികൾ തന്റെ കൈയ്യൊപ്പിട്ട സർട്ടിഫിക്കറ്റ് പതിച്ച്, അദ്ദേഹം തന്റെ പ്രിയശിഷ്യന് സമ്മാനിച്ചു.

(1951-52 വർഷത്തിൽ നൽകിയ സർട്ടിഫിക്കറ്റ് ഇതോടൊപ്പം ചേർത്തിട്ടുണ്ട്)

ഓർക്കുക... 70 വർഷം മുമ്പാണിത്. ഗുരുശിഷ്യബന്ധങ്ങൾക്ക് ഐതിഹാസിക മാനങ്ങൾ കൈവരുന്ന കാലം...

ഡിജിറ്റൽ സാങ്കേതികത കേട്ടുകേൾവി പോലുമില്ലാത്ത കാലം. Google translation നോ മറ്റ ആപ്പുകളോ ഒന്നും സഹായത്തിനില്ലാതെ വെറും പേനയും പേപ്പറും മാത്രമുപയോഗിച്ച് ഒരു പതിനഞ്ചുകാരൻ നിമിഷങ്ങൾ കൊണ്ട് ഒരു മഹാപ്രതിഭയെ സ്വാംശീകരിച്ച സിദ്ധിയുടെ നൈസർഗ്ഗികത...! അധ്യാപകനിൽ നിന്നും വിദ്യാർഥിയിലേക്കുള്ള ചൈതന്യധാരാ പ്രവാഹം...

അർപ്പണബോധമാർന്ന അധ്യാപകന് അർപ്പിത മനസ്സുമായി ഒരു വിദ്യാർത്ഥി സമർപ്പിച്ച സ്നേഹോപഹാരം!

ഈ ഓർമ്മക്കുറിപ്പ് സ്നേഹാദരങ്ങളോടെ, എഡിറ്റിങ്ങിന്റെ ആദ്യപാഠം എന്നെ പഠിപ്പിച്ച പ്രിയപ്പെട്ട അപ്പന് സമർപ്പിക്കുന്നു.

ഉപ്പുമാവും പാൽപ്പതയും

"നോക്ക്! നോക്ക്! എന്റെ മീശയാ ഏറ്റവും വലുത്."

ഇന്ന് കണ്ട പുലർകാല സ്വപ്നത്തിൽ, വലിയ കണ്ണുകളുള്ള എന്റെ നാലാം ക്ലാസിലെ കൂട്ടുകാരൻ കുഞ്ഞിക്കണ്ണൻ ഉച്ചത്തിൽ വിളിച്ചുകൂവി തുള്ളിച്ചാടി. സ്കൂളിൽനിന്ന് വൈകുന്നേരം കിട്ടുന്ന പാൽ ഒറ്റവലിക്ക് മോന്തിക്കുടിച്ച്, മേൽച്ചുണ്ടിൽ നുരയുന്ന പാൽപ്പത പറ്റിച്ച ഞങ്ങൾ അന്യോന്യം തർക്കിക്കും...

ആരുടെ മീശയാ വലുത്? മിക്കപ്പോഴും അവന്റെ മീശ തന്നെയായിരിക്കും വലുത്, കുഞ്ഞിക്കണ്ണന്റെ.

കഴിഞ്ഞ തവണ പുറമേരിയിൽ ചെന്നപ്പോൾ കുഞ്ഞിക്കണ്ണനെ അന്വേഷിച്ചിരുന്നു. അവൻ ഗൾഫിലാണത്രേ. നാലാം ക്ലാസ് കഴിഞ്ഞ ശേഷം പിന്നീട് അവനെ കണ്ടിട്ടേയില്ല. അവനിപ്പോൾ നരച്ച വലിയ മീശ ഉണ്ടാകുമോ എന്തോ? അറിയില്ല. എന്തിനാണാവോ അവൻ യാതൊരു മുന്നറിയിപ്പുമില്ലാതെ രാവിലെ സ്വപ്നത്തിലൂടെ മനസ്സിലേക്ക് ഓടിക്കയറി വന്നത്?

സ്ലേറ്റ് മായ്ക്കാൻ അവൻ കൊണ്ടുവന്ന് തരുമായിരുന്ന മഷിത്തണ്ടുകൾക്ക് പകരം ഞാൻ അവന് ചിത്രം വരയ്ക്കാൻ കളർപെൻസിൽ കഷണങ്ങൾ നൽകി. പിന്നീട് ഞങ്ങൾ ചെറിയ കേബിൾവയർ കഷണങ്ങൾ പിടിപ്പിച്ച ചെറിയ കുപ്പികളിൽ സ്ലേറ്റ് മായ്ക്കാൻ വെള്ളം കരുതി. കുപ്പിയുടെ അടപ്പ് തുറന്നടക്കുമ്പോൾ വെള്ളം ചെറിയ നേർത്ത ജലധാരയായി സ്ലേറ്റിലേക്ക് ഇറ്റുവീഴും.

അന്വേഷിച്ചെങ്കിലും, പടിഞ്ഞാറേലെ നാണുവിന്റെ ഒരു വിവരവും ലഭിച്ചില്ല.ശ്രീധരൻ ഒരു ചെറിയ കട നടത്തുന്നുണ്ട് പുറമേരി ടൗണിൽ.

എപ്പോഴും ഡ്രൈവറായി അഭിനയിക്കാറുള്ള അരവിന്ദാക്ഷനെ ബസ് ഡ്രൈവർ ആയി കണ്ടു.

പിന്നീടുണ്ടായ വലിയ വലിയ ചങ്ങാത്തങ്ങളെ തള്ളിമാറ്റി, എന്തോ ഇപ്പോൾ ഇത്തരം കുഞ്ഞുകുഞ്ഞു സൗഹൃദങ്ങളാണ് ഓർമയിലേക്ക് ഓടിയെത്തുന്നത്.

"കല്ല് സ്കൂൾ'' എന്ന് നാട്ടുകാർ കളിയാക്കി വിളിക്കുന്ന, കുറച്ച് കല്ലുകളും ബാക്കി മൺകട്ടകളും കൊണ്ടുണ്ടാക്കിയ, പഴകി നിറംമങ്ങിയ ബോർഡിൽ "വിജ്ഞാന വൃന്ദാവനം എൽ പി സ്കൂൾ'' എന്നെഴുതിയ വിദ്യാലയം ഞങ്ങൾക്ക് അക്ഷര വെളിച്ചമേകി. ഉപ്പുമാവും പാലും തന്ന് വിശപ്പകറ്റി. ആർത്തുചിരിച്ചു കളിക്കാൻ ചരൽ നിറഞ്ഞ മുറ്റം ഒരുക്കി. പരാതികളില്ലാതെ ഞങ്ങളവിടെ കള്ളനും പോലീസും, ഇട്ടിയും കോലും ,തൊടാൻ പാച്ചിലും കളിച്ചു.

കുട്ടികളുടെ കളിയും ചിരിയും അച്ഛനമ്മമാരെപ്പോലെ ശങ്കരൻ മാഷും ഗോപാലൻ മാഷും പാറു ടീച്ചറും ജാനകി ടീച്ചറും ഒക്കെ നോക്കി നിന്ന് ആസ്വദിച്ചു.

അതിരാവിലെ തന്നെ തുടങ്ങും സ്കൂളിൽ പോകാനുള്ള ഒരുക്കം. ഒന്നാംക്ലാസിൽ ചേർന്നപ്പോൾ ഉണ്ടായ മടി ദിവസങ്ങൾക്കകം തന്നെ ഉത്സാഹത്തിനും ആവേശത്തിനും വഴിമാറി. സുഖമില്ലെങ്കിൽ പോലും സ്കൂളിൽ എത്തണം എന്ന് വാശി.

നല്ല സ്വാദുള്ള ഉപ്പുമാവ് ഉച്ചക്ക് കിട്ടുന്നതിനാൽ, വീട്ടിലേക്ക് ഊണ് കഴിക്കാൻ വരുന്നതും ഒഴിവാക്കി. കാരണം ഉപ്പുമാവ് തിന്നു കഴിഞ്ഞാലും ഇഷ്ടംപോലെ കളിക്കാൻസമയം കിട്ടും. വെള്ളിയാഴ്ച കൂടുതൽ സമയം ഉണ്ടാകും കളിക്കാൻ.

സ്കൂളിൽ കിട്ടുന്ന ഉപ്പുമാവ് തിന്നാനുള്ള ഒരുക്കം വീട്ടിൽ വച്ച് രാവിലെ തന്നെ തുടങ്ങും. നല്ല ഇനം വാഴകൾ സമൃദ്ധമായി വളർന്നു നിൽക്കുന്ന താഴെ മഠത്തിലെ വീട്ടു പറമ്പിൽ നിന്ന് നല്ല വീതിയുള്ള വാഴയില മുറിച്ച് അമ്മയെ ഏൽപ്പിക്കും. അമ്മ അത് നന്നായി കഴുകി തുടച്ചു വാട്ടിത്തരും. അത് ചെറുതായി മടക്കി ട്രൗസറിന്റെ കീശയിൽ ഭദ്രമായി സൂക്ഷിക്കും. സ്ലേറ്റും പുസ്തകങ്ങളുമടങ്ങുന്ന തുണിസഞ്ചി തോളിൽ തൂക്കിയിടും.

സ്കൂളിലേക്കുള്ള യാത്ര രസകരമാണ്. വെള്ളം ഒലിച്ചു വരുന്ന ഇടവഴികൾ പിന്നിട്ടാൽ പിന്നെ കുറച്ചു ദൂരം പാറയാണ്. വെള്ളം ഒഴുകി വരുന്നതിനാൽ പായൽ പറ്റിപ്പിടിച്ച, നല്ല വഴുക്കലുള്ള പാറ. വഴുതി വീഴാതിരിക്കാൻ നല്ല ശ്രദ്ധവേണം. അന്ന് ഞങ്ങളാരും ചെരുപ്പിടുന്ന പതിവില്ല. കാൽവിരലുകളുടെ അറ്റം പാറയിൽ അമർത്തി ചവിട്ടി സൂക്ഷിച്ച് നടന്നില്ലെങ്കിൽ വഴുതിവീഴും. വഴുതിവീഴലും മുട്ടു പൊട്ടിചോര

വരലും, അതിന് സ്കൂളിൽ പോയി മാസ്റ്റർ നൽകുന്ന മരുന്നു വെക്കലും ഒക്കെ തികച്ചും സാധാരണ.

മഴക്കാലത്തെ സ്കൂളിൽ പോക്ക് ഒരു സാഹസം തന്നെയാണ്. ഇടവഴികളിൽ കുത്തിയൊലിച്ച് വരുന്ന ചായയുടെ നിറമുള്ള കലക്കവെള്ളത്തിൽ ധാരാളം പാമ്പുകളെയും തവളകളെയും ഞണ്ടു കളെയും മത്സ്യങ്ങളെയും ഒക്കെ കാണാം. പോക്കാച്ചി തവളകളുടെ കണ്ണുകൾ ഞങ്ങളെ ഭയപ്പെടുത്തി.മഴ തെല്ലൊന്ന് ശമിച്ചാൽ ഇടവഴിയിലെ പുല്ലുകളെ തഴുകി തലോടി വെള്ളം മന്ദമായി ഒഴുകിക്കൊണ്ടിരിക്കും. വാലിട്ട് ഇളക്കി, രസിച്ച് പുളയുന്ന പരൽമീൻ പറ്റങ്ങളെയും കാണാം. വേണമെങ്കിൽ, ഇടവഴിയിലെ വെള്ളം ഒരു കാലുകൊണ്ട് തട്ടി തെറിപ്പിച്ച്, മറുകാൽ കൊണ്ട് പ്രതിരോധിച്ച് " ടപ്പ് "എന്നുള്ള ശബ്ദമുണ്ടാക്കി കളിക്കാം.

ഉച്ചയ്ക്ക് ഒരുമണിക്ക് ലഭിക്കുന്ന മഞ്ഞനിറമുള്ള ഉപ്പുമാവ് തന്നെയാണ് അന്നത്തെ ഏറ്റവും വലിയ പ്രലോഭനം. വാട്ടിയ വാഴയിലയുമായി നിലത്ത് നിരന്നിരിക്കുന്ന ഞങ്ങൾക്ക് ടീച്ചർമാരും മാഷന്മാരും ഉപ്പുമാവ് സ്നേഹത്തോടെ വിളമ്പിത്തരും. ഒട്ടും കളയരുത് എന്ന ഉപദേശത്തോടെ... വാഴയിലയിൽ കഴിച്ച, അന്നത്തെ ചൂടുള്ള ഉപ്പുമാവിൻ്റ പ്രത്യേക രുചി ഇന്നും നാവിൽ തുമ്പത്ത് ഉണ്ട്.

വൈകുന്നേരം, ജനഗണമനക്ക് ശേഷം ലോങ്ങ് ബെൽ അടിക്കുന്നതിന് തൊട്ടുമുമ്പാണ് പാൽവിതരണം. തിളപ്പിച്ച പാൽ കുട്ടികൾ സ്കൂളിൽ വെച്ച് തന്നെ കഴിക്കണം എന്നത് നിർബന്ധമായിരുന്നു. മധുരമില്ലാതെ പാൽ കഴിക്കുവാൻ വിഷമം ഉണ്ടെങ്കിൽ, രാവിലെ വരുമ്പോൾ, കുറച്ച് പഞ്ചസാര പൊതിഞ്ഞ് പോക്കറ്റിൽ കരുതാം. ടീച്ചർമാർ അത് പാലിൽ കലർത്തി തരും. പക്ഷേ, ഞങ്ങൾ മീശക്കമ്പക്കാർക്ക് അതിലൊന്നും താൽപര്യമില്ലായിരുന്നു.

ഒരു പ്രത്യേക രീതിയിൽ പാൽ വായിലേക്ക് കമിഴ്ത്തി, ഏറ്റവും വീതി കൂടിയ, വലിയ മീശ സൃഷ്ടിച്ചെടുക്കാനുള്ള ശ്രമത്തിൽ ആയിരിക്കും ഞങ്ങൾ. ആ കാലം ഒക്കെ എവിടെ പോയി മറഞ്ഞു? എവിടെനിന്നാണ് അവയൊക്കെ ചിലപ്പോൾ ഓർമ്മകളിലേക്ക് ഓടിവരുന്നത്?

മഹാമാരി തീർത്ത മതിൽകെട്ടിനുള്ളിൽ സ്കൂൾ എന്ന വിദൂര സ്വപ്നത്തെ തഴുകി, ഓൺലൈൻ ക്ലാസ്സുകളിൽ ഒട്ടും താൽപര്യമില്ലാതെ ഇരിക്കുന്ന കുഞ്ഞൂട്ടിയുടെ കുഞ്ഞു മനസ്സിലേക്ക് ഞാൻ എങ്ങനെയാണ് തികച്ചും വ്യത്യസ്തവും അപരിചിതവുമായ മറ്റൊരു ലോകത്തിന്റെ ഈ ഓർമ്മജാലകം തുറന്നിടുക?

ഒരുവേള ഞാൻ ഓർത്തുപോയി, ഒന്നിനുമല്ലാതെ...

മഴവെള്ളം പോലെ ഒരു കുട്ടിക്കാലം...

മഴവെള്ളം പോലെ ഒരു കുട്ടിക്കാലം...

ഇംഗ്ലീഷിനോട്
ഇഷ്ടത്തോടിഷ്ടം

"ഉം... വായിക്കാനല്ലേ പറഞ്ഞത്?"

ചൂരൽവടി ചുഴറ്റി മേശപ്പുറത്ത് ആഞ്ഞടിച്ച്, കണ്ണുരുട്ടി കൊണ്ട് ശങ്കരൻ മാഷ് ആ നാലാം ക്ലാസുകാരനോട് അക്ഷമനായി അലറി.

പക്ഷേ, അവന് ഒരു വാക്കുപോലും വായിക്കാൻ കഴിയുന്നില്ല. കാരണം ഇംഗ്ലീഷ് ബുക്കാണ് കയ്യിലുള്ളത്. മലയാളം നല്ല ഒഴുക്കോടെ വായിക്കാൻ പറ്റും. പക്ഷേ... ഇത് പറ്റുന്നില്ല.

ഇംഗ്ലീഷ് അക്ഷരങ്ങൾ കഷ്ടിച്ച് അറിയാം. പക്ഷേ അത് വാക്കുകളായി വായിക്കാനൊന്നും പഠിച്ചിട്ടില്ല. അല്ലെങ്കിൽ പഠിപ്പിച്ചിട്ടില്ല...

മനസ്സിലാക്കണം... ഇത് അറുപതുകളുടെ അവസാനം.(1967) ഇംഗ്ലീഷ്, ഹിന്ദി തുടങ്ങിയ ഭാഷകളൊക്കെ ചിട്ടയായി പഠിച്ചു തുടങ്ങുന്നത് അന്ന് അഞ്ചാംക്ലാസ് മുതലാണ്. പക്ഷേ ക്ലാസ്സിൽ ഏറ്റവും നന്നായി പഠിക്കുന്ന കുട്ടിക്ക് അത് പറ്റും എന്ന് മാഷ് എങ്ങിനെയോ ധരിച്ചുവശായി. അക്ഷരം മാത്രം അറിയുന്ന ഒരു നാലാം ക്ലാസുകാരന് എങ്ങിനെ ഒഴുക്കോടെ ഇംഗ്ലീഷ് വായിക്കാൻ പറ്റും...?

ക്ലാസിൽ വച്ച് ഒരു ദിവസം രാവിലെയാണ് മാഷ് ഒരു പുസ്തകം ഞങ്ങൾക്കെല്ലാം തരുന്നത്. ഏതോ ഒരു ഇംഗ്ലീഷ് ബുക്ക് ആണെന്ന് മാത്രം ഞങ്ങൾക്ക് മനസ്സിലായി. അതാണ് ഇപ്പോൾ വായിക്കാൻ പറയുന്നത്.

ഇതുവരെ ഇത്തരത്തിലൊരു അനുഭവം ഉണ്ടായിട്ടില്ല. ഏറ്റവും നല്ല വായനക്ക് സ്കൂളിൽ പേരെടുത്ത കുട്ടിയാണ്. ഒന്നാം ക്ലാസിലേക്കും രണ്ടാം ക്ലാസ്സിലേക്കും ഒക്കെ ചിലപ്പോൾ പഠിപ്പിക്കാൻ വിടാറുമുണ്ട്...

പക്ഷേ...ഇപ്പോൾ പരാജിതനായി... തലതാഴ്ത്തി നിൽക്കേണ്ടി വന്നിരിക്കുന്നു. കണ്ണുകൾ നിറഞ്ഞു അക്ഷരങ്ങൾ കാണാതായി.

"എന്നാലിരിക്ക് !" മാഷ് പറഞ്ഞു. ക്ലാസിലെ ഒരു കുട്ടിക്കും ഒന്നും വായിക്കാൻ പറ്റിയില്ല, എന്ന് പ്രത്യേകം പറയേണ്ടതില്ലല്ലോ.

പക്ഷേ കുഞ്ഞിക്കണ്ണൻ ഉച്ചയ്ക്ക് വീട്ടിൽ പോയി അതിനൊരു പരിഹാരവുമായി എത്തി. അവന്റെ കയ്യിൽ ഒരു കടലാസ് ഉണ്ടായിരുന്നു. അതിൽ ഞങ്ങൾക്ക് തന്ന ഇംഗ്ലീഷ് ബുക്കിന്റെ ആദ്യത്തെ പേജ് മലയാളത്തിൽ എഴുതിയിരുന്നു.(അന്നത്തെ മംഗ്ലീഷ്..)

വലിയ കണ്ണുകൾ ഉരുട്ടി മിഴിച്ച് കുഞ്ഞിക്കണ്ണൻ വലിയ ഗമയിൽ പറഞ്ഞു...

"ഇതുണ്ടെങ്കിൽ മ്മക്കത് വായിക്കാം.!"

ഒമ്പതാം ക്ലാസിൽ പഠിക്കുന്ന അവന്റെ ചേട്ടനാണ് അതെഴുതി കൊടുത്തിരിക്കുന്നത്. എന്നിട്ട് അവൻ എന്നോട് സ്വകാര്യം പറഞ്ഞു...

"ഞ്ഞി ന്റെ ഏച്ചിമാരോട് ഇങ്ങനെ എഴുതിത്തരാൻ പറ... എന്നാ ഇനിക്കും വായിക്കാം.''

വീട്ടിലെത്തിയ ഉടനെ ഞാൻ ചേച്ചിമാരുടെ മുന്നിൽ പ്രശ്നം അവതരിപ്പിച്ചു. അവരുടെ പ്രതികരണം ഒട്ടും ആശ്വാസകരമായിരുന്നില്ല...

"അതൊരിക്കലും പറ്റില്ല.അങ്ങനെ ചെയ്യുന്നത് തികച്ചും തെറ്റാണ്. ഓരോ വാക്കിന്റെയും അർത്ഥവും ഉച്ചാരണവും സ്പെല്ലിംഗും ഒക്കെ പഠിച്ചു വാക്കുകൾ കൂട്ടി വായിക്കാൻ പഠിക്കണം.അത് പെട്ടെന്ന് പറ്റില്ല. അത് നീ മെല്ലെ പഠിക്കും. ഇത് മലയാളത്തിൽ എഴുതിത്തരില്ല...''

പിന്നെ വാശിയായി, വഴക്കായി, അടിപിടിയായി, കരച്ചിലായി... അപ്പോൾ അച്ഛൻ വന്ന് കാര്യം തിരക്കി. ചേച്ചിമാർ കാര്യം പറഞ്ഞു. എന്റെ ദയനീയാവസ്ഥ ഞാനും...

കടത്തനാട് രാജാസിലെ സീനിയർ ഹൈസ്കൂൾ അധ്യാപകനായ അച്ഛൻ ഉടനെ എൽ.പി സ്കൂളിലെ എന്റെ ഹെഡ്മാസ്റ്റർക്ക് വിശദമായി ഒരു കത്തെഴുതി തന്നു. നാളെ തന്നെ അത് കൊടുക്കണമെന്നും പറഞ്ഞു.

പിറ്റേ ദിവസം സ്കൂളിൽ ഇംഗ്ലീഷ് വായന ഒരു ഐറ്റം ആയി വന്നില്ല. എന്തോ മാഷ് അക്കാര്യം മറന്നത് പോലെയാണ് തോന്നിയത്.പതിവ് ചിട്ടയിലുള്ള പഠനവുമായി കാര്യങ്ങൾ നീങ്ങി.

ഞാൻ വലിയ മന:പ്രയാസത്തിലായിരുന്നു. മാസ്റ്ററുടെ റൂം വരെ ചെന്നെത്തി പലതവണ ഞാൻ തിരിച്ചുവന്നു... കത്ത് കൊടുക്കാതെ.. കൊടുത്താൽ മാഷമ്മാർക്ക് ഇഷ്ടപ്പെടുമോ? അവർക്ക് എന്നോട് വിരോധം തോന്നുമോ? എന്നൊക്കെയുള്ള വിചാരം കത്ത് കൊടുക്കുന്നതിൽ നിന്നും എന്നെ പിന്തിരിപ്പിച്ചു.

വൈകുന്നേരം വീട്ടിലെത്തിയ എന്നോട് കത്ത് കൊടുത്തോ എന്ന് അച്ഛൻ ചോദിച്ചു. ഞാൻ ഇല്ല എന്ന് മറുപടി നൽകി.

ഭാഷാ പഠനത്തെ കുറിച്ചുള്ള ചില മാർഗ്ഗനിർദ്ദേശങ്ങളൊക്കെ അടങ്ങിയ ആ കത്ത് തീർച്ചയായും കൊടുക്കണം എന്ന് അച്ഛൻ പറഞ്ഞു... പക്ഷേ പിന്നീടുള്ള ദിവസങ്ങളിലും ഞാൻ ആ കത്തു കൊടു ത്തില്ല. രണ്ടു മൂന്നു ദിവസം കൂടി ചോദിച്ച് പിന്നീട് അച്ഛനും അക്കാര്യം വിട്ടു..

അടുത്ത അധ്യയന വർഷം അഞ്ചാം ക്ലാസിൽ എത്തിയപ്പോഴാണ് ഇംഗ്ലീഷ് പഠനം ശരിക്കും ആരംഭിച്ചത്. പുതിയ വാക്കുകൾ, അവയുടെ ഉച്ചാരണം, സ്പെല്ലിങ് എന്നിവയെല്ലാം കുട്ടിശങ്കരൻ മാഷ് ചിട്ടയായും കർശനമായും ഞങ്ങളെ പഠിപ്പിച്ചു...ഇംഗ്ലീഷിനെ ഞാൻ ഇഷ്ടപ്പെട്ടു തുടങ്ങി... ഓരോ ക്ലാസിലും മികച്ച അധ്യാപകരുടെ നല്ല നല്ല ക്ലാസു കളിലൂടെ ആ ഇഷ്ടം വർദ്ധിച്ചു വർദ്ധിച്ചു വന്നു. കോളേജ് ക്ലാസുകളിലും ലഭിച്ച പ്രഗത്ഭരും പ്രശസ്തരുമായ അധ്യാപകരുടെ ക്ലാസുകൾ,

ഇംഗ്ലീഷിനോടുള്ള പ്രണയം കൂടി കൂടി വരികയായിരുന്നു...

എൺപതുകളുടെ ആദ്യ പകുതിയിൽ ഇംഗ്ലീഷിൽ മാസ്റ്റേഴ്സ് ഡിഗ്രി നേടിയതിന് ശേഷം അഞ്ചാറു വർഷം, അന്നത്തെ അഭ്യസ്തവിദ്യരുടെ അഭയകേന്ദ്രമായ സമാന്തര കോളേജിൽ ഞാനും ഇംഗ്ലീഷ് അധ്യാപ കന്റെയും പ്രിൻസിപ്പലിന്റെയും ഒക്കെ വേഷം അണിഞ്ഞിരുന്നു...

അന്ന് ചോദ്യങ്ങൾക്ക് മുന്നിൽ വിഷമിച്ച് നിൽക്കുന്ന വിദ്യാർത്ഥി കളെ ഞാൻ വഴക്കു പറയാറില്ല.. അവരോട് ഇരിക്കാൻ പറയും. കാരണം, വർഷങ്ങൾക്ക് മുമ്പ് ഒരു ഇംഗ്ലീഷ് ബുക്കും കയ്യിൽ പിടിച്ച്, മാഷിന്റെ മുന്നിൽ കരഞ്ഞുകൊണ്ടു നിന്ന ഒരു നാലാം ക്ലാസുകാരന്റെ ഓർമ്മ എന്റെ മനസ്സിലേക്ക് ഓടിയെത്തും...

പിന്നെ പുസ്തക ശാലകളിൽ നിന്ന് ഇംഗ്ലീഷ് ബുക്കുകൾ ഒരു നിധിപോലെ സ്വന്തമാക്കുമ്പോൾ, ഇംഗ്ലീഷിനെ മംഗ്ലീഷ് ആക്കി തരണമെന്ന് പറഞ്ഞു വാശി പിടിച്ച കരഞ്ഞ അവൻ തെല്ലൊരു ജാള്യ തയോടെ വന്ന് എന്റെ ഓർമ്മകളിലെങ്ങോ പതുങ്ങിനിൽക്കും...

കാലപ്രവാഹത്തിൽ എല്ലാം മാറിമറിഞ്ഞത് എത്രവേഗമാണ്...! വിദ്യാഭ്യാസമേഖലയും ആകെ മാറി.

ഇന്ന്... ഒന്നാം ക്ലാസിലേക്ക്, ഓൺലൈനിലൂടെ കാലെടുത്തു വെക്കുന്ന കുഞ്ഞുട്ടി ഇംഗ്ലീഷും ഹിന്ദിയും എഴുതുക മാത്രമല്ല കഥകൾ പറയുകയും പാട്ടുപാടുകയും സംസാരിക്കുകയും ചെയ്യുന്നു...!

എല്ലാം മാറ്റി മറിക്കുന്ന കാലമേ നിനക്കഭിനന്ദനം...!

ആജ്ഞാശക്തിയുടെ ആൾരൂപം ആദ്ധ്യാത്മികതയുടെ ആഴം

ഉപബോധമനസ്സിന്റെ ഉർവരതകളിൽ എവിടെയോ നിന്ന് ഉണർവായെത്തി അച്ഛൻ ചോദിച്ചു... "നിനക്ക് കെ കെ നമ്പ്യാർ മാഷെ ഓർമ്മയില്ലേ?''

ഉണ്ട്... അമ്പതിലേറെ വർഷങ്ങൾക്കു മുമ്പ്, ഒരു പത്തുവയസ്സുകാരന്റെ മനസ്സിൽ ആഴത്തിൽ പതിഞ്ഞ ചിത്രമായി അത് ഓർമ്മയിലുണ്ട്. അതിന്, പുസ്തകച്ചട്ടയിൽ കണ്ട ഒരാളുടേതുമായി നല്ല സാദൃശ്യം ഉണ്ടായിരുന്നു.

പിറകിലേക്ക് കോതി വെച്ച തോളറ്റമുള്ള സമൃദ്ധമായ നരച്ചമുടിയും, നെഞ്ചൊപ്പം വളർന്നിറങ്ങിയ പഞ്ഞിക്കെട്ട് പോലുള്ള താടിയും, മുട്ടറ്റം വരെ ഇറങ്ങി കിടക്കുന്ന ശുവെള്ള ജൂബ്ബയും... അസ്സൽ രവീന്ദ്രനാഥ ടാഗോർ... വിശ്വമഹാകവി ടാഗോർ പുസ്തകത്താളുകളിൽ നിന്നിറങ്ങി വന്നു പൊടുന്നനെ മുന്നിൽ പ്രത്യക്ഷപ്പെട്ടതുപോലെ.

ഉദ്ദേശം ഒരു 53 വർഷങ്ങൾക്കപ്പുറം ഒരു മധ്യവേനലവധിക്കാലത്ത്, ഉച്ചതിരിഞ്ഞ നേരം ഈ അഞ്ചാം ക്ലാസുകാരൻ പുറമേരിയിലെ വാടക വീടായ താഴെ മഠത്തിന്റെ മുറ്റത്ത് വെറുതെ നടക്കുകയായിരുന്നു. അമ്മ ഉമ്മറക്കോലായിൽ ഉണ്ടായിരുന്നു. അച്ഛൻ (അന്ന് കടത്തനാട് രാജാസ് ഹൈസ്കൂളിലെ അധ്യാപകൻ) അകത്ത് ചെറിയൊരു ഉച്ചമയക്കത്തിലും. "മാസ്റ്ററില്ലേ?'' മുറ്റത്തേക്ക് മെല്ലെ കയറി വന്ന് സൗമ്യമായി ടാഗോറിനെ പോലെയുള്ള ആൾ ചോദിച്ചു. ഒരു നിമിഷം വിസ്മയത്തുമ്പത്ത് എത്തിയ അമ്മ പെട്ടെന്ന് ആളെ മനസ്സിലാക്കി ആദരവോടെ ഇരിക്കാൻ അഭ്യർത്ഥിച്ചു. അമ്മ ധൃതിയിൽ അച്ഛനെ വിളിക്കാനായി അകത്തേക്ക്

പോയി. അന്തംവിട്ട നിന്ന എന്നെ അടുത്തേക്ക് വിളിച്ച വാത്സല്യപൂർവ്വം തലയിൽ തലോടി അദ്ദേഹം.അത്ഭുതത്തോടെ, ആഹ്ലാദത്തോടെ, ഉമ്മ റത്തേക്ക് ഓടിവന്ന അച്ഛൻ ആത്മസുഹൃത്തിനെ, മുൻ മേലധികാരിയെ എങ്ങിനെ എതിരേല്ക്കണം എന്നറിയാത്ത വിഷമത്തിലായിരുന്നു.

ആശയവിനിമയ ഉപാധികൾ വിരളമായ അക്കാലത്ത് എല്ലാ ത്തിനും ആകസ്മികത സൃഷ്ടിക്കുന്ന അത്ഭുതങ്ങൾ കൂടപ്പിറപ്പായിരുന്നു. ചായയൊക്കെ കഴിച്ച് അവർ സുദീർഘമായ സംഭാഷണത്തിൽ മുഴുകി.

ദീർഘകാലത്തെ ഇടവേളയ്ക്ക് ശേഷമുള്ള ഒരു കൂടിക്കാഴ്ചയായിരു ന്നു അത്. അകത്തേക്ക് ചെന്ന എന്നോട് അമ്മ എല്ലാം വിശദമായി പറഞ്ഞു തന്നു. കടത്തനാട്ട രാജാസിലെ വർഷങ്ങൾക്ക് മുമ്പത്തെ ഹെഡ്മാസ്റ്ററായ കെ. കെ. നമ്പ്യാർ മാസ്റ്റർ ആണത്രേ വന്നിരിക്കുന്നത്. അച്ഛൻ്റ ഏറ്റവും അടുത്ത സുഹൃത്ത്. അപ്പോൾ എനിക്ക് കാര്യങ്ങൾ എല്ലാം മനസ്സിലായി. ഹെഡ്മാസ്റ്ററായിരുന്നപ്പോഴത്തെ ഫോട്ടോകൾ പലതും ഞാൻ കണ്ടിട്ടുണ്ട്. സ്കൂൾ ഗ്രൂപ്പ് ഫോട്ടോകളിലും മറ്റും.

പക്ഷേ എന്തൊരു മാറ്റം? എന്തൊരു വ്യത്യാസം? കാല പ്രവാഹവും കാഴ്ചപ്പാടുകളും വ്യക്തികളുടെ രൂപഭാവങ്ങളും ചിന്താധാരയും ഇത്രമേൽ മാറ്റി മറിക്കും എന്നൊന്നും അന്നത്തെ ആ ബാല മനസ്സിന് ഊഹി ക്കാൻപോലും പറ്റുമായിരുന്നില്ല.

പിരിച്ച വെച്ച കൊമ്പൻ മീശയുള്ള പഴയ ഹെഡ്മാസ്റ്ററുടെ ഫോട്ടോ ഓർമ്മയിൽ എത്തി.അതിൽ താടിയില്ല. ഷർട്ടും മുണ്ടുമാണ് വേഷം.

ആജ്ഞാശക്തി കത്തി നിൽക്കുന്ന കണ്ണുകൾ, ഗാംഭീര്യം തുളുമ്പുന്ന മുഖഭാവം. എല്ലാം ഫോട്ടോകളിൽ വ്യക്തമാണ്.

പക്ഷേ ഇപ്പോഴത്തെ മാറ്റം...! അതൊന്നും അന്നത്തെ എന്റെ കൊച്ചു മനസ്സിന് ഉൾക്കൊള്ളാൻ പറ്റുന്നതായിരുന്നില്ല.

സഹപ്രവർത്തകനും അടുത്ത സുഹൃത്തുമായ അച്ഛനിൽ നിന്നും, അദ്ദേഹത്തിന്റെ പ്രിയ ശിഷ്യനായ അപ്പനിൽ നിന്നും (അച്ഛൻ്റ അനിയൻ) മറ്റ് അനേകരിൽ നിന്നുമായി ആ മേലധികാരിയുടെ കാർക്കശ്യത്തെക്കുറിച്ച്, അധ്യാപക പ്രതിഭയെകുറിച്ച് ഏറെ കേട്ടറിവ് ഉണ്ടായിരുന്നു.

ഒരു നോട്ടത്തിൽ, ഒരു മീശ പിരിക്കലിൽ, ഒരു ചൂരൽ വടിയുടെ ചുഴറ്റലിൽ, മുഖത്തെ ചില പ്രത്യേക പേശി ചലനങ്ങളാൽ ആ പൗരുഷ ത്തിന്റെ പ്രതീകം സ്കൂളിനെ ആകമാനം അച്ചടക്കത്തിന്റെ വിരൽത്തുമ്പിൽ നിർത്തി.

അനുകരണീയമായ ആ അധ്യാപക പ്രതിഭയുടെ ക്ലാസുകൾ വിദ്യാർഥികൾക്ക് അവിസ്മരണീയങ്ങളായ അനുഭൂതികളായിരുന്നു. അനേകം അധ്യാപകർക്ക് അവ മാതൃകയായിരുന്നു.

ടെക്സ്റ്റ് ബുക്കുകൾ ബൈൻഡ് മാറ്റി അവയ്ക്കിടയിൽ വെള്ള പേപ്പറുകൾ മുറിച്ചുവെച്ച്, അതിൽ എഴുതി തയ്യാറാക്കി വീണ്ടും ബൈൻഡ് ചെയ്തതായിരുന്നു അദ്ദേഹത്തിന്റെ ടീച്ചിങ് നോട്ടുകൾ. അന്ന് അദ്ദേഹം തയ്യാറാക്കിയ പാഠഭാഗങ്ങളെ കുറിച്ചുള്ള നോട്ടുകൾ പിന്നീട് വർഷങ്ങൾക്കുശേഷം അധ്യാപകർക്ക് റഫറൻസ് പുസ്തകങ്ങളായിരുന്നു എന്ന് അച്ഛൻ പറഞ്ഞു കേട്ടിട്ടുണ്ട്.

സർവീസിൽനിന്നും വിരമിച്ചശേഷം ജന്മനാടായ കൂടാളിയിൽ ആയിരുന്നു അദ്ദേഹത്തിന്റെ ശിഷ്ടകാലജീവിതം. ആഴത്തിലുള്ള വായന, പ്രത്യേകിച്ച് ആധ്യാത്മിക തലത്തിലുള്ള ഗ്രന്ഥങ്ങൾ ആ മഹാനുഭാവനെ അടിമുടി മാറ്റി. വേദാന്തത്തിലും ഉപനിഷത്ത് ദർശനങ്ങളിലും ആഴവും പരപ്പുമുള്ള വായനയുമായി അദ്ദേഹം ജീവിതം ധന്യമാക്കി.

ഈ വിഷയങ്ങളിലൊക്കെ ഗഹനമായ അറിവും വായനയും ഉണ്ടായിരുന്ന അച്ഛനും നമ്പ്യാർ മാഷുമായുള്ള ബന്ധം ഇതോടെ പൂർവ്വാധികം ദൃഢതരമായി.

അച്ഛൻ സമയം കിട്ടുമ്പോഴൊക്കെ കൂടാളിയിലെ വീട്ടിൽ മാഷിനെ സന്ദർശിച്ചു. ആരോഗ്യകാരണങ്ങളാൽ മാഷിന് ദീർഘദൂര യാത്ര അസാധ്യമായിരുന്നു. അച്ഛനും മാഷും തമ്മിൽ നിരന്തരമായ കത്തിടപാടിലൂടെ ആയിരുന്നു ആശയവിനിമയം. അധികം കവറുകളിലും ചിലപ്പോൾ ഇൻലൻഡിലും വരുന്ന കത്തുകൾ അച്ഛന്റെ മേശപ്പുറത്ത് കാണാറുണ്ട്. അതിലെ വടിവൊത്ത അക്ഷരങ്ങൾ കാണാൻ എനിക്ക് ഏറെ കൗതുകമായിരുന്നു.

ആധ്യാത്മിക വിഷയങ്ങളെക്കുറിച്ചുള്ള അതിഗഹനങ്ങളായ കുറിപ്പുകൾ ആയിരുന്നു അവയെല്ലാം. അച്ഛൻ ആ കത്തുകൾക്കെല്ലാം വിശദമായ മറുപടികൾ തയ്യാറാക്കി അയക്കുന്നത് കാണാറുണ്ട്. അന്നും ഉമ്മറക്കോലായിൽ നടന്നത് അത്തരം ആധ്യാത്മിക ചർച്ചകൾ തന്നെയായിരുന്നു. രാത്രി ഭക്ഷണത്തിന് ശേഷം ഏറെ വൈകും വരെ അതു തുടർന്നു. അച്ഛന്റെ നിർബന്ധത്തിനു വഴങ്ങി ഒരു ദിവസത്തെ ആതിഥ്യം സ്വീകരിച്ചാണ് അദ്ദേഹം മടങ്ങിയത്.

മാസ്റ്റർ ഞങ്ങളുടെ വീട്ടിൽ എത്തിയ വിവരം എങ്ങിനെയോ നാട്ടിൽ പരന്നു. വ്യത്യസ്ത മേഖലകളിൽ നിന്നുള്ള പ്രഗൽഭരായ, അദ്ദേഹത്തിന്റെ ശിഷ്യന്മാർ സ്നേഹാദരങ്ങളോടെ തങ്ങളുടെ പ്രിയപ്പെട്ട മാഷെ കാണാൻ എത്തി.

മുൻപ് മുന്തിയ ബ്രാൻഡ് സിഗരറ്റുകൾ മാത്രം വലിച്ചിരുന്ന പ്രിയപ്പെട്ട മാഷിനായി സിഗരറ്റ് പാക്കറ്റുകളും ആയിട്ടാണ് പഴയ പല ശിഷ്യന്മാരും വന്നത്. സ്നേഹപൂർവ്വം അവയെല്ലാം നിരസിച്ചുകൊണ്ട് അദ്ദേഹം പറഞ്ഞു.. "വലിയൊക്കെ പണ്ടേ നിർത്തി. ഇനി വലിച്ചാൽ തീപിടുത്തം ഉണ്ടാകും.!'' നെഞ്ച് വരെയുള്ള പഞ്ഞിപോലുള്ള സമൃദ്ധമായ താടി തടവിക്കൊണ്ട് മാഷ് മന്ദഹസിച്ചു.

"സിംഹം'' എന്നായിരുന്നത്രേ അന്ന് അതീവരഹസ്യമായി ശിഷ്യന്മാർ അദ്ദേഹത്തിന് നൽകിയ വട്ടപ്പേര്.

നീലച്ചട്ടയുള്ള അച്ഛന്റെ പ്രത്യേക ഡയറിയിൽ 31.7.74 ന് കെ. കെ. നമ്പ്യാർ മാസ്റ്റർ ദിവംഗതനായതായി രേഖപ്പെടുത്തിയിട്ടുണ്ട്.

സഹപ്രവർത്തകർക്കൊപ്പം കൂടാളിയിൽ ചെന്ന് ഭൗതിക ശരീരത്തിൽ പുഷ്പചക്രം അർപ്പിച്ചതായും സഹധർമ്മിണിയെ കണ്ട് അനുശോചനം അറിയിച്ചതായും എഴുതിയിട്ടുണ്ട്.

1937 മുതൽ പരിചയമുള്ള ആരാധ്യപുരുഷൻ, അധ്യാപനകലയുടെ ഗുരു, ആത്മാർത്ഥതയുടെയും സ്വകർമനിഷ്ഠയുടെയും ത്യാഗത്തിന്റെയും പൗരുഷത്തിന്റെയും പ്രായോഗികരൂപം പ്രദർശിപ്പിക്കുന്ന ജീവിതം... എന്നാണ് അച്ഛൻ മാഷെ പ്പറ്റി ഡയറിയിൽ കുറിച്ചിട്ടുള്ളത്.

മരിക്കുന്നതിന് ഒരാഴ്ച മുമ്പ് അദ്ദേഹത്തിന്റെ ആഗ്രഹപ്രകാരം അച്ഛൻ ചെന്ന് കണ്ട് ദീർഘനേരം സംസാരിച്ചിരുന്നതായി ഡയറിയിൽ കുറിച്ചിട്ടുണ്ട്.

പ്രതിഭാധനനായ പ്രിയ സുഹൃത്തിന്റെ പ്രകാശമാനമായ ജീവിതം പൊലിഞ്ഞതിൽ അസ്വസ്ഥമായ അച്ഛന്റെ മനസ്സ് ഡയറിയിലെ വരികളിൽ നിഴലിച്ചു കണ്ടു.ആദ്ധ്യാത്മികതയുടെ നിർമമത്വവും നിസ്സംഗതയും നിർവികാരതയുമൊക്കെ തെല്ലിട നിശ്ചലമായതുപോലെ...

കള്ളൻ കയറിയ വീട്

മറവിയുടെ വാതിൽ പൊളിച്ച്, മുഖം മൂടിയിട്ട കള്ളൻ കിനാവിലേക്ക് പമ്മി പമ്മി കയറി വന്നു ചോദിച്ചു... "വെറുമൊരു മോഷ്ടാവായോരെന്നെ കള്ളനെന്നു വിളിച്ചില്ലേ?" "നിനക്കിപ്പോൾ എന്താണ് വേണ്ടത്?" ഞാൻ ചോദിച്ചു.

"എന്നെ കുറിച്ചും എഴുതണം... ഞാൻ മോഷ്ടിക്കുക മാത്രമല്ലേ ചെയ്തുള്ളൂ. ഞാൻ നല്ലൊരു മോഷ്ടാവായിരുന്നില്ലേ? "

കള്ളൻ അദൃശ്യനായി. അവൻ പറഞ്ഞത് ശരിയാണ് .അവൻ അന്ന് ഞങ്ങളെ ഒട്ടും ഉപദ്രവിച്ചില്ല. മോഷ്ടിച്ചു എന്ന് മാത്രം...

എഴുതിയേക്കാം. ഇനി അതിന്റെ ഒരു കുറവ് വേണ്ട...

എന്നായിരുന്നു വീട്ടിൽ കള്ളൻ കയറിയത്? പഴയ ഡയറികൾ പരതി. 14 വർഷം മുമ്പാണ്...

23.7.2007 ന്... രാത്രി 12 നും പുലർച്ചെ 5നും ഇടയിൽ. ഞങ്ങൾ രണ്ടുപേരും നല്ല ഉറക്കമായിരുന്നു. എന്തോ പെട്ടെന്ന് ഞെട്ടിയുണർന്ന ഞാൻ കണ്ടത് അലമാര തുറന്നു കിടക്കുന്നതാണ്.

അത് അടക്കാതിരുന്നതിന് അവളെ ശകാരിക്കാൻ നാക്കെടുത്ത ഞാൻ, ഒരു ഉൾവിളി ഉണ്ടായത് പോലെ എഴുന്നേറ്റ് അടുക്കളയിലേ ക്കോടി ലൈറ്റിട്ടു. ഊഹം ശരിയാണ്.അടുക്കള വാതിൽ തുറന്നു കിട ക്കുന്നു. കള്ളൻ കയറിയിരിക്കുന്നു...

അപ്പോഴും സുഖനിദ്രയിലായിരുന്ന ഭാര്യയെ തട്ടിയുണർത്തി ഞാൻ കാര്യം പറഞ്ഞു... അവൾ തുറന്നു കിടക്കുന്ന ഷെൽഫ് നോക്കി...

അയ്യോ എന്റെ കരിമണിമാല, വള, മോതിരം, അത് ഇത് എന്നൊക്കെ

പറഞ്ഞു വിലപിക്കാൻ തുടങ്ങി.

ക്ലോക്കിൽ 5 മണി. ഞാൻ പോലീസിനെ വിളിച്ച് അറിയിച്ചു. അവർ ജീപ്പിൽ റോഡിലൂടെ ഓടിക്കാണും.ഏതെങ്കിലും കള്ളൻ കട്ട മുതലുമായി ഇതാ എന്നെ പിടിച്ചോ എന്ന് പറഞ്ഞു റോഡിലൂടെ നടക്കുമോ ?

നേരിയ ശബ്ദം കേട്ടാൽ പോലും ഉണരാറുള്ള ഞാൻ, കള്ളൻ വാതിൽ പൊളിച്ചതും ഷെൽഫിൽ നിന്ന് സ്വർണം എടുത്തതും അറിയാഞ്ഞത് എനിക്ക് വലിയ വിസ്മയമായി...പഠിച്ച കള്ളൻ!

ചേടീറോഡ്, നീലേശ്വരം കാഞ്ഞങ്ങാട് മേഖലകൾ അന്ന് കള്ളൻമാരുടെ വിഹാരരംഗം ആയിരുന്നു. സമീപത്തുള്ള പല വീടുകളിലും കള്ളൻ കയറിയതായി കേട്ടിരുന്നു.പക്ഷേ ഞങ്ങളുടെ വീട്ടിൽ കള്ളൻ കയറില്ല എന്നായിരുന്നു ഞങ്ങളുടെ ഉറച്ച വിശ്വാസം.

പിൻവാതിൽ പൊളിച്ചാണ് കള്ളൻ കയറിയത്. ഓടാമ്പലും വിജാഗിരിയും ഒക്കെ ഇളക്കി മാറ്റിയിട്ടുണ്ട്. അന്ന് വാതിലിന് ഇരുമ്പുപട്ട പിടിപ്പിച്ചിരുന്നില്ല. ഉദ്ദേശം 10പവന്റെ സ്വർണം പോയി എന്ന് അവൾ പറഞ്ഞു. സ്വർണം മാത്രമല്ല ചില രേഖകളും കുറച്ചു പണവും വെച്ച എന്റെ ബേഗും കാണാനില്ല.

മകൻ ഭദ്രമായി സൂക്ഷിച്ചു വച്ചിരുന്ന അവന്റെ കൊച്ചു സമ്പാദ്യവും കള്ളൻ വിദഗ്ധമായി കണ്ടെത്തി കൈക്കലാക്കിയിരുന്നു.

മകൻ അന്ന് കോഴിക്കോട് പഠിക്കുകയാണ് .അവന് വിഷുക്കൈനീട്ടം

കിട്ടിയതും പോക്കറ്റ് മണിയും ഒക്കെയായി പുത്തൻ നോട്ടുകൾ 1500 രൂപയോളം ഉണ്ടായിരുന്നു.അത് നഷ്ടപ്പെട്ടതോ അടുത്ത മുറിയിലെ ഷെൽഫിലെ പെട്ടെന്നാരും ശ്രദ്ധിക്കാത്തിടത്ത് നിന്നും.. കള്ളൻ എല്ലാ മുറികളും അരിച്ചുപെറുക്കിട്ടുണ്ട്.

ഇഷ്ടംപോലെ സമയം കിട്ടിക്കാണും.

തലേദിവസവും പതിവുപോലെ ടിവി കാണലും വായനയും ഒക്കെ കഴിഞ്ഞു 12 മണിയോടെയാണ് ഞാൻ കിടന്നത്.പുറത്തേക്കുള്ള വാതിലല്ലാതെ മുറികളുടെ വാതിൽ അടച്ച് കുറ്റിയിടുന്ന പതിവില്ല.കിടന്ന ഉടനെ ഉറങ്ങി. ഉണരാതിരിക്കാൻ കള്ളൻ ഞങ്ങളിൽ സ്പ്രേ പ്രയോഗമോ മറ്റോ നടത്തി കാണും.

നേരം പുലർന്നപ്പോൾ അയൽക്കാരിൽ നിന്നും വാർത്ത അതിവേഗം പരന്നു. കേട്ടവർ കേട്ടവർ ഓടിയെത്തി. തൊട്ടും തടവിയും നോക്കി വിരലടയാളങ്ങൾ എല്ലാം നശിപ്പിച്ചു. “നിങ്ങളെ ഒന്നും ചെയ്യാത്തത് വലിയ ഭാഗ്യം'' എന്ന് പറഞ്ഞ് ഞങ്ങളെ ആശ്വസിപ്പിച്ചു.

അല്പം കഴിഞ്ഞപ്പോൾ കുറച്ച് അകലെയുള്ള ഒരു പയ്യൻ വന്നു ഞങ്ങളുടെ ബാഗ് അവന്റെ വീടിനടുത്തുള്ള പണയിൽ ഉണ്ടെന്ന് അറിയിച്ചു. ഞങ്ങളുടെ ഫോട്ടോകളും മറ്റും ഉണ്ടായിരുന്നു.

ഞാൻ ഉടനെ അങ്ങോട്ട് ഓടി.

ചാറ്റൽമഴയിൽ കുതിർന്ന എന്റെ ബാഗ് അവർ വീടിന്റെ കോലായിൽ എടുത്തു വച്ചിട്ടുണ്ട്. ബാഗിൽ രേഖകൾ എല്ലാമുണ്ട്. ആശ്വാസം... പക്ഷേ കറുത്ത ലെതർ കവറിൽ വണ്ടിയുടെ ലോൺ അടക്കാൻ ആയി ഞാൻ മാറ്റി വച്ചിരുന്ന 4800 രൂപയിൽ 2400 രൂപ മാത്രമേ ഉള്ളൂ... പെട്ടെന്ന് നോക്കിയാൽ ആ പഴ്സിൽ രൂപ കാണില്ല.

കള്ളന് അത് കൂടുതൽ പരിശോധിക്കാൻ സമയം കിട്ടിക്കാണില്ല.

“ഇതിൽ പകുതി അല്ലേ പണമുള്ളൂ?'' ഞാൻ കോലായിൽ കാലും നീട്ടിയിരിപ്പുള്ള മധ്യവയസ്സുള്ള വീട്ടുകാരിയോട് ചോദിച്ചു.

അവർക്ക് എന്റെ ചോദ്യം അശേഷം പിടിച്ചില്ല.അവർ ചൂടായി... “അതെങ്ങനെ ഞങ്ങൾക്കറിയാം? ഇക്കാലത്ത് ആർക്കും ഒരു ഗുണവും ചെയ്യരുത്.ബാഗ് ഇവിടെ ഉണ്ടെന്ന് പറഞ്ഞതാ കുഴപ്പമായത്.''

അവരുടെ മുഖത്ത് തറപ്പിച്ചു നോക്കി ഞാൻ പറഞ്ഞു...''നല്ല കള്ളൻ... ശമ്പളം കിട്ടുന്നതുവരെ അരി മേടിക്കാനുള്ള കാശ് ഇതിൽ ബാക്കി വെച്ചല്ലോ? “ അവരുടെ മുഖം വല്ലാതായി.

പിന്നീട് ഒന്നും പറയാതെ, ബാഗുമെടുത്ത്, നഷ്ടപ്പെട്ടെന്ന് കരുതിയ വിലപ്പെട്ട രേഖകൾ തിരിച്ചു കിട്ടിയ സമാധാനത്തോടെ ഞാൻ വീട്ടിലേക്ക്

നടന്നു. വീട്ടിൽ ആൾക്കാരുടെ തിരക്ക് തന്നെ... കാര്യങ്ങൾ വിശദീകരിച്ച ഞങ്ങൾ പരിക്ഷീണരായി.10 മണിയോടെ പരാതിയുമായി ഞാൻ പോലീസ് സ്റ്റേഷനിൽ എത്തി.

ചെറുപ്പക്കാരൻ SI നല്ല ചൂടിലാണ്.പരാതി വായിച്ച് കുറച്ച കഴിഞ്ഞ് സ്റ്റേഷൻ മുഴുവൻ ചവിട്ടി കുലുക്കി ജീപ്പിൽ കയറി അയാൾ അന്വേഷണത്തിന് ഇറങ്ങി.

സ്റ്റേഷനിലെ എന്റെ ജോലി തീർന്നില്ല. ഭാഗ്യത്തിന് പോലീസുകാരെല്ലാം പരിചയക്കാർ. കൂടെ പഠിച്ചവരും, പഠിപ്പിച്ചവരും... അവർ ചായയൊക്കെ തന്നു എന്നെ അവിടെ ഇരുത്തി.

വലിയ വരയിട്ട പുസ്തകമെടുത്തു അവർ എഫ്ഐആർ എഴുതാൻ ആരംഭിച്ചു. അതിന് കളവ് പോയ സ്വർണ്ണത്തിന്റെ വിശദവിവരങ്ങൾ വേണം. എനിക്കതൊന്നും അറിയില്ല. എഴുതുന്ന ആൾ ചോദിച്ചു.'' നഷ്ടപ്പെട്ട സ്വർണ്ണത്തെക്കുറിച്ച് ഒന്നുമറിയില്ലേ?''

ഞാൻ ചിന്തിച്ചു...'' അവളുടെ കൈ മാത്രം കണ്ടാലും തിരിച്ചറിയാം.. പക്ഷേ ഈ വളകളുടെ ഡിസൈനും എണ്ണവും..നോ ഐഡിയ !!'' ഭാര്യയെ നിരവധി തവണ മൊബൈലിൽ വിളിച്ച് അതൊക്കെ ഒരു വിധം പറഞ്ഞു കൊടുത്തു.

CI, DySP മുതലായ ഉന്നതർ എന്നെ കാബിനിലേക്ക് വിളിച്ച് വിശദമായി കാര്യങ്ങൾ തിരക്കി. നല്ല പെരുമാറ്റം. തികഞ്ഞ സൗഹൃദം. സ്റ്റേഷനിൽ നിന്നും പുറത്തിറങ്ങുമ്പോൾ സമയം 3 മണി. വീട്ടിലെത്തുമ്പോൾ അവിടെ വിസിറ്റേഴ്സിന്റെ വിസിറ്റ് തുടരുന്നു...

വീട്ടിൽ വിരലടയാള വിദഗ്ധർ ഓരോ ഇഞ്ചും അതി സൂക്ഷ്മമായി പരിശോധിച്ചു. പൊളിച്ച വാതിലും ഷെൽഫും തൊട്ടുതലോടിയ മുഴുവൻ നാട്ടുകാരുടെയും വിരലടയാളം അവർക്ക് കിട്ടിക്കാണും. അതിനിടയിൽ അവർ ഞങ്ങളുടെ വിരലടയാളവും ശേഖരിച്ചു.

നാല് മണിക്ക് ശേഷം സി ഐ ഡിവൈഎസ്പി എല്ലാം ഒന്നിനുപിറകെ ഒന്നായി എത്തി. വിശദമായ നിരീക്ഷണങ്ങൾക്ക് ശേഷം അവർ പറഞ്ഞു... "ഇത്രയൊക്കെ സുരക്ഷയേ ഞങ്ങളുടെ വീട്ടിലും ഉള്ളൂ! "

അപ്പോൾ സുരക്ഷയുടെ കുറവല്ല എനിക്കാശ്വാസമായി.

ചായകുടിച്ച്, അല്പം ഇരുന്നശേഷം മുറ്റത്തിറങ്ങി ഡിവൈഎസ്പി വെയിൽ അടിക്കാതിരിക്കാൻ ഇട്ട റൂഫിങ്ങ് ഷീറ്റിന് എന്ത് ചെലവായി എന്ന് ചോദിച്ചു. അദ്ദേഹത്തിന് അതുപോലെ വീട്ടിൽ ചെയ്യാൻ പ്ലാൻ ഉണ്ടത്രേ. പിന്നീട് അദ്ദേഹം എന്റെ തലമുടി സൂക്ഷിച്ചു നോക്കി ചോദിച്ചു...

"നിങ്ങളുടെ മുടി വിഗ്ഗാണോ?''

അല്ലെന്നും അത് പലരും ഉന്നയിക്കാറുള്ള സംശയമാണ് എന്നും ഞാൻ പറഞ്ഞു. "നിങ്ങൾ വന്നതിനു ശേഷം ഞങ്ങൾ ഇതേ പറ്റി ഡിസ്കസ് ചെയ്തിരുന്നു." ഡിവൈഎസ്പി പറഞ്ഞു. അന്വേഷണ ഉദ്യോഗസ്ഥന്റെ അനവസരത്തിലുള്ള ഇത്തരം വങ്കത്തരങ്ങൾ കേട്ട് എനിക്ക് ചിരി വന്നെങ്കിലും ഞാൻ ചിരിച്ചില്ല.

മാധ്യമ സുഹൃത്തുക്കൾ വിളിച്ച് വിശദ വിവരങ്ങൾ തിരക്കി. പത്രങ്ങളെല്ലാം പിറ്റേദിവസം വാർത്ത നിരത്തി. വിശദമായിത്തന്നെ... ഭാര്യ പിറ്റേന്ന് സ്കൂൾ വിട്ടുവരുമ്പോൾ അവളുടെയും അവൾ ജോലിചെയ്യുന്ന സ്കൂളിന്റെയും പേരുകൾ വിളിച്ചുപറഞ്ഞു കാഞ്ഞങ്ങാട് ബസ് സ്റ്റാൻറിൽ സായാഹ്ന പത്രങ്ങൾ തകൃതിയായി വിറ്റഴിക്കുന്നുണ്ടായിരുന്നു. ബസ്സിലിരുന്ന് അവൾ ചമ്മി നാനാവിധം ആയി...

വൈകുന്നേരം വാതിൽ ഫിറ്റ് ചെയ്യാൻ ആശാരി വന്നപ്പോൾ ഓടാമ്പലും വിജാഗിരിയും വാങ്ങാൻ ബൈക്കിൽ പോവുകയായിരുന്ന എന്നെ പോലീസ് തടഞ്ഞു.ഹെൽമറ്റ് വെക്കാത്തതിന്... ഹെൽമറ്റ് വെക്കാതെ വണ്ടി ഓടിച്ചതിന് പിഴ ഇടാൻ... ഇടിവെട്ടേറ്റവനെ പാമ്പും കടിച്ചു...

പെട്ടെന്ന് ഉദിച്ച ബുദ്ധിയിൽ ഞാൻ ഓഫീസറോട് പറഞ്ഞു.. "അപ്പോൾ നിങ്ങൾ ഒന്നും അറിഞ്ഞില്ലേ? ഇന്നലെ രാത്രി വീട്ടിൽ കയറിയ കള്ളൻ സ്വർണവും പണവും മാത്രമല്ല എന്റെ ഹെൽമറ്റും കൊണ്ടുപോയി .ഞാൻ ഇതാ ഹെൽമെറ്റ് വാങ്ങാൻ പോവുകയാണ്." ഫൈനില്ലാതെ പോലീസ് എന്നെ വിട്ടയച്ചു.

പിന്നീട് കുറേ ദിവസങ്ങളിൽ ഞങ്ങൾക്ക് ഉറങ്ങാൻ കഴിഞ്ഞില്ല. മുറികളിലും പുറത്തും ലൈറ്റിട്ട്, ഉണർന്നിരുന്ന്, പുലർച്ചെ അല്പം മാത്രം ഉറങ്ങി ഞങ്ങൾ ഞെട്ടിയുണർന്നു...

എന്നിട്ട് തല തപ്പി നോക്കി അവിടെ തന്നെ ഉണ്ട് എന്ന് ഉറപ്പുവരുത്തി ആശ്വാസത്തോടെ പരസ്പരം നോക്കി ദിനകൃത്യങ്ങൾ തീർത്തു ഞങ്ങൾ ജോലിക്ക് പോയി.

അന്വേഷണം എങ്ങുമെത്തിയില്ല.

മോഷണ പരമ്പര തുടർന്നു. രാത്രിയുടെ മറവിലും പിന്നെ പട്ടാപകലും... ഒരു വർഷത്തിനുശേഷം കേസ് ക്ലോസ് ചെയ്തു. പിന്നീടൊരിക്കൽ പുനരന്വേഷണത്തിന് വന്ന സിഐയോട് പരാതിയുടെ കോപ്പികൾ കാണിച്ച് ഭാര്യ പോലീസുകാരുടെ നിസ്സഹായതയെ കുറിച്ച് പറഞ്ഞപ്പോൾ അവളുടെ ഭാഷാ സ്വാധീനം കണ്ട അയാൾ ചോദിച്ചു... "മലയാളം അധ്യാപികയാണോ?"

അല്ല..ഹിന്ദി അധ്യാപികയാണെന്ന് സ്വർണ്ണം നഷ്ടപ്പെട്ട നീരസം ഉള്ളിലുള്ള അവൾ മറുപടി നൽകി.

അപ്പോൾ കോൺസ്റ്റബിൾ CI യെ മാറ്റിനിർത്തി എന്തോ സംസാരിച്ചു.. പിന്നീട് ഒന്നും പറയാതെ ജീപ്പിൽ കയറി സ്ഥലം വിട്ടു .വമ്പൻ കേസുകൾക്ക് പോലും തുമ്പുണ്ടാക്കുന്ന അതിസമർഥൻമാരുള്ള കേരളത്തിന്റെ പോലീസ് ഡിപ്പാർട്ട്മെൻ്റിന് തുമ്പുണ്ടായിട്ടും തുമ്പില്ല എന്ന് നടിക്കേണ്ടി വരുന്ന നിസ്സഹായാവസ്ഥ അതീവ ദയനീയം തന്നെ...

അധികാരത്തിന്റെ അദൃശ്യകരങ്ങൾ ചരട് വലിച്ച് തേച്ച് മാച്ച് കളയുന്ന ഇത്തരം കേസുകൾ എത്ര എത്ര?

ഈ യുഗം കലിയുഗം... ഇവിടെയെല്ലാം പൊയ്മുഖം...

ഈ കുറിപ്പ് സമർപ്പിക്കുന്നു അജ്ഞാതനായ കള്ളനും പിന്നെ കള്ളന് കഞ്ഞിവെച്ചവർക്കും...

മിഴിനീരിൽ മുങ്ങിയ ഒരു മൗനപ്രാർത്ഥന

മനമുരുകി, മൂകയായി അവൾ തെയ്യക്കോലത്തിന് മുന്നിൽ നിന്നു. കൂർത്തു മൂർത്ത കാരമുള്ളുകളിൽ വീണുരുണ്ട് കിടന്നുരുണ്ട്, ഉറഞ്ഞാടി, ദീപ നാളങ്ങൾക്കൊപ്പം ജ്വലിച്ച് ദൈവത്തിന്റെ പ്രതിപുരുഷനായി കെട്ടിയാടിയ ഉഗ്രമൂർത്തി കാരാഗുളികൻ തെയ്യം...

ഉറഞ്ഞാടിയ രൗദ്രമൂർത്തി, പക്ഷേ, ഇപ്പോൾ ശാന്തത കൈവരിച്ചിരിക്കുന്നു... ഭക്തരുടെ ദുഃഖങ്ങളും ദുരിതങ്ങളും കേട്ട് പ്രശ്നപരിഹാരങ്ങളും ആശ്വാസവും അനുഗ്രഹങ്ങളും ചൊരിയാനുള്ള സന്ദർഭമാണത്.

കത്തുന്ന നട്ടുച്ച വെയിലിനെ കൂസാതെ ചുറ്റും തടിച്ചുകൂടിയ, ഭക്തിയിലും വിശ്വാസത്തിലും മതിമറന്ന ജനക്കൂട്ടം .

ദൈവത്തെ കെട്ടിയാടാൻ നിയോഗം ലഭിച്ച തെയ്യക്കോലത്തിന് മുന്നിൽ ആൾരൂപവും കൈയ്യിൽ പിടിച്ച് അവൾ നിശ്ചലയായി നിന്നു.

ദൈവം തെയ്യത്തിൽ സന്നിവേശിച്ചു കൊണ്ട് അവളോട് ഉരിയാടി...
"എന്താണ് പ്രശ്നം?"

പക്ഷേ, ഒന്നും പറയാനാവാതെ, ഒരക്ഷരം പോലും പുറത്തു വരാതെ, കണ്ണീർ വാർത്തുകൊണ്ട് അവൾ നിന്നു.

പ്രശ്നമെന്തെന്നറിയാൻ കൂടുതൽ സൗമ്യമായി, ശാന്തമായി തെയ്യം വീണ്ടും ചോദിക്കുന്നു.

പക്ഷേ, മറുപടി ധാരധാരയായി ഒഴുകുന്ന കണ്ണീർ ചാലുകൾ മാത്രം. ഒന്നും മിണ്ടാൻ അവൾക്കാവുന്നില്ല. തെയ്യം ആശയക്കുഴപ്പത്തിലായി...

ഒപ്പം ചുറ്റിലുമുള്ള, അവളെ വളരെ അടുത്തറിയുന്നവരും മറ്റ് ഭക്തജന ങ്ങളും...

അപ്പോൾ തൊട്ടടുത്ത് നിൽപ്പുണ്ടായിരുന്ന അയൽപക്കത്തെ, അവളുടെ കാര്യങ്ങളെല്ലാം അറിയാവുന്ന പ്രായമുള്ള സ്ത്രീ തെയ്യത്തോട് പ്രശ്നം ഉണർത്തിച്ചു...

"അവരുടെ ഭർത്താവിന്റെ കൈ ഒരു വാഹനാപകടത്തിൽ തളർന്നിരിക്കയാണ്. ചികിത്സകൾ നടക്കുന്നുണ്ട്. അവരുടെ കൈ ശരിയാകാനുള്ള പ്രാർത്ഥനയാണ്.''

തെയ്യത്തിന് ആശ്വാസമായി...കൂടി നിൽക്കുന്ന മറ്റുള്ളവർക്കും... ആൾരൂപം ഏറ്റ് വാങ്ങി, നാക്കിലയിൽ മഞ്ഞക്കുറിയും ഭസ്മവും നൽകി തെയ്യം അനുഗ്രഹം ചൊരിഞ്ഞു... "എല്ലാം വേഗം ശരിയാകും. സുഖമാകും. മനസ്സു വിഷമിക്കേണ്ട... ട്ടോ"

മിഴിനീരുമായി മനമുരുകി പ്രാർത്ഥിച്ചവൾ മറ്റാരുമല്ല. എന്റെ സഹയാത്രിക തന്നെ... ചികിൽസയുടെ കർശനമായ ചിട്ടവട്ടങ്ങൾക്കൊപ്പം തന്റേടത്തോടെ എനിക്കൊപ്പം സഞ്ചരിച്ച എന്റെ സഹയാത്രിക.

നിരവധി വേദികളിൽ, വാക്കുകൾ അനായാസം അതിസമർത്ഥ മായി കൈകാര്യം ചെയ്ത്, അനുമോദനങ്ങൾ ഏറ്റുവാങ്ങിയ സീനിയർ ഹൈസ്കൂൾ അധ്യാപികയ്ക്ക് എന്തുകൊണ്ടോ അന്ന് വാക്കുകൾ അന്യമായി..അതുവരെ ആരോടും പങ്കിടാതിരുന്ന വ്യഥ, സാന്ദ്രമൗന ത്തിന്റെ അതിർവരമ്പുകൾ തകർത്ത് ഒഴുകി വന്നതാകാം.

തെയ്യത്തിന് മുന്നിൽ ആൾ രൂപം സമർപ്പിച്ച് പ്രാർത്ഥിക്കണമെ ന്നത് സ്നേഹമയിയായ അവളുടെ അമ്മയുടെ ഉപദേശമായിരുന്നു... അമ്മക്ക് ഉണ്ണിയുടെ കൈ എങ്ങിനെയെങ്കിലും ഒന്ന് ശരിയായി കാണണം.അവരുടെ വീടിന് തൊട്ടുള്ള സ്ഥാനത്ത് ഗുളികൻ തെയ്യം കെട്ടിയാടുന്നത് പ്രാർത്ഥനയ്ക്കുള്ള നല്ല സന്ദർഭമായി.

എറണാകുളത്ത് വച്ച് ബസ്സിൽ യാത്ര ചെയ്യവേ ഉണ്ടായ അപക ടത്തെ തുടർന്ന് എന്റെ വലംകൈ തകർന്ന് നിശ്ചലാവസ്ഥയിലാ യിരുന്നു. മെഡിക്കൽ ട്രസ്റ്റ് ഹോസ്പിറ്റലിൽ വെച്ച് രണ്ട് അടിയന്തിര ശസ്ത്രക്രിയകൾക്ക് ശേഷം നീലേശ്വരത്ത് വന്ന് പ്രഗൽഭ മർമ്മ ചികിത്സാ വിദഗ്ധനായ വിനയകൃഷ്ണൻ ഡോക്ടറുടെ ചികിത്സകൾ ആരംഭിക്കുക യായിരുന്നു.

തടവൽ, പിഴിച്ചിൽ, കിഴിവെക്കൽ തുടങ്ങിയ ചികിൽസകൾ ചെയ്തത് ആയുർവ്വേദ ഡോക്ടറായ മരുമകളുടെ നീലേശ്വരത്തുള്ള ക്ലിനിക്കിൽ വെച്ചായിരുന്നു.

അലോപ്പതി Brachial Plexus Injury എന്നും ആയുർവേദം ഹസ്ത നാശം എന്നും വിശേഷിപ്പിച്ച എന്റെ വലംകൈയുടെ അവസ്ഥ ഏതാണ്ട് ഒന്നര വർഷത്തെ ചികിൽസയിലൂടെ ഭാഗികമായ പ്രവർത്ത നക്ഷമത നേടുകയുണ്ടായി. ഡോക്ടറുടെ ആയുർവേദ ചികിൽസകൾ നടന്നുവരുന്നു...

ചികിൽസയുടെ ഭാഗമായി 6 തവണ അഗ്നികർമ്മം ചെയ്യുകയു ണ്ടായി.(നെർവ്വ് സ്റ്റിമുലേഷന് വേണ്ടി, പഞ്ചലോഹത്തിൽ നിർമ്മിച്ച ഹാമർ പോലുള്ള ഒരു ഉപകരണം അതിന്റെ കൂർത്ത അറ്റം ചുട്ടുപഴുപ്പിച്ച് ചില നെർവ്വ് സെൻ്ററുകളിൽ പൊള്ളിക്കുന്നതാണ് അഗ്നികർമ്മം.) നല്ല നീറ്റലും വേദനയും ഉണ്ടാകും. കറ്റാർ വാഴജെൽ പുരട്ടി ഒരാഴ്ചക്കകം കരി ഞ്ഞുണങ്ങും. കൈയ്യുടെ ചലനശേഷി വീണ്ടെടുക്കുന്നതിൽ ഇതെനിക്ക് വളരെയധികം ഫലപ്രദമായിട്ടുണ്ട്.

അന്ന് ഉച്ചക്ക് കൈയ്യിൽ അഗ്നികർമ്മം ചെയ്ത നീറ്റലുമായി ഞാൻ വീട്ടിൽ തന്നെ ഇരിക്കുകയായിരുന്നു.വെയിലും പൊടിയും ഏൽക്കാൻ വയ്യാത്തതിനാൽ ഞാൻ തെയ്യം കെട്ടുള്ള സ്ഥാനത്തേക്ക് പോയിരുന്നില്ല. പ്രാർത്ഥന കഴിഞ്ഞ് അവൾ വരുമ്പോൾ ഞാൻ

ഉമ്മറക്കോലായിൽ ഇരിപ്പുണ്ടായിരുന്നു. കണ്ണീർ ചാലുകൾ ഒഴുകിയിറങ്ങിയതിന്റെ അടയാളങ്ങൾ അവളുടെ മുഖത്തപ്പോഴുമുണ്ടായിരുന്നു. ഞാൻ ഒന്നും ചോദിച്ചില്ല.അവൾ ഒന്നും പറഞ്ഞതുമില്ല.

എനിക്കെല്ലാം മനസ്സിലായി എന്നവൾക്ക് മനസ്സിലായ കാര്യം എനിക്കും മനസ്സിലായി.പക്ഷേ പിന്നീട് മനസ്സ് തെല്ലൊന്ന് ശാന്തമായപ്പോൾ അവൾ എല്ലാം പറഞ്ഞു. ഒന്നും പറയാൻ പറ്റാതായ ആ പ്രത്യേക മാനസികാവസ്ഥയെപ്പറ്റി...

അർത്ഥപൂർണ്ണമായ മൗനം ചിലപ്പോൾ അനേകം വാക്കുകളേക്കാൾ വാചാലമായിരിക്കും. അല്ലെങ്കിലും എല്ലാമറിയുന്ന മഹാശക്തിയോട് നാം ഒന്നും തന്നെ പറയേണ്ട കാര്യമില്ലല്ലൊ. പ്രാർത്ഥന സാഫല്യം നേടുന്നതും അപ്പോൾ തന്നെയാണല്ലൊ...

ഒരർത്ഥത്തിൽ എത്രമാത്രം മനോഹാരിതയുണ്ട് മൗനത്തിന് ചിലപ്പോഴൊക്കെ...

നീണ്ടുനീണ്ടു പോകുമീ... മൂകതയൊരു കവിതപോൽ...

സസ്നേഹം സമർപ്പിക്കുന്നു...

എന്റെ സഹയാത്രികയ്ക്ക്...

നിലപാടുകളിൽ നിലയുറപ്പിച്ച് നിസ്സംഗനായി നടന്നുനീങ്ങിയ ഒരാൾ...

ജീവിതം മരണത്തോടു ചോദിച്ചു... "എല്ലാവരും എന്നെ സ്നേഹിക്കുകയും നിന്നെ വെറുക്കുകയും ചെയ്യുന്നതിന് കാരണം എന്താണ്? "

മരണം മറുപടിയേകി...

"നീ മനോഹരമായ ഒരു നുണയാണ്. ഞാൻ വേദനാജനകമായ ഒരു സത്യവും." അതുകൊണ്ട് എല്ലാവരും എന്നെ വെറുക്കുകയും നിന്നെ സ്നേഹിക്കുകയും ചെയ്യുന്നു.പക്ഷേ വേദനാജനകമായ ആ സത്യം ഒരേസമയം അനുഗ്രഹവും അസ്വസ്ഥതയും ആയി തീരാറുണ്ട് ചില അനിവാര്യതകൾക്ക് മുന്നിൽ...

അനിവാര്യതയുടെ ദുരന്തമുഖത്തിന് മുന്നിൽ അടിയറവു പറഞ്ഞു, നമുക്ക് ഏറെ പ്രിയപ്പെട്ട ഒരാൾ പൊടുന്നനവേ മൃത്യുവിന്റെ അജ്ഞാതമായ അന്ധകാരത്തിലേക്ക് അപ്രത്യക്ഷമാകുമ്പോൾ, അത് നമുക്ക് ഒരു അവിശ്വസനീയതയായി മാറുന്നു. അസ്വീകാര്യമായ ഒരു അവിശ്വസനീയതയായി അത് നമ്മെ അനുഗമിച്ചു കൊണ്ടേയിരിക്കുന്നു...

പിതാവിനെ പോലെ ഞാൻ കരുതിപ്പോന്ന ഭാര്യാപിതാവ് സുബ്രഹ്മണ്യൻ എമ്പ്രാന്തിരി, എൺപത്തിമൂന്നാം വയസ്സിൽ അർബുദത്തിന് മുന്നിൽ അടിയറവ് പറഞ്ഞ് 19.11.2018. രാത്രി 11.45 ന് തിങ്കളാഴ്ച ഗുരുവായൂർ ഏകാദശി നാളിൽ ഏതോ അനശ്വരതയിലേക്ക് അന്തർധാനം ചെയ്തപ്പോൾ അത്തരമൊരു അവിശ്വസനീയത തന്നെയാണ് ഒപ്പമുണ്ടായിരുന്നവരെ ഇന്നും അനുഗമിച്ചുകൊണ്ടിരിക്കുന്നത്.

എന്നും താൻ വിശ്വസിച്ചു പോരുന്ന നിലപാടുകളിൽ ഉറച്ചുനിന്ന്, നിസ്സംഗനായി, ശുഭ്രവസ്ത്രധാരിയായ വെളുത്ത് മെല്ലിച്ച ആ തേജോരൂപം ഇടറിയ തെങ്കിലും ഉറച്ച കാൽവെപ്പുകളോടെ നിത്യതയിലേക്ക് നടന്നു നീങ്ങി ഏതോ മഹാശൂന്യതയിൽ വിലയം പ്രാപിച്ചു...

മൃത്യുവിന്റെ ചിറകുകൾ ചിതയിൽ ദഹിച്ചു തീരുന്നത് നോക്കി നിന്നിട്ടും ഇന്നും മാറാത്ത അവിശ്വസനീയതയുമായി ഞങ്ങൾ ഇവിടെ ഇപ്പോഴും ബാക്കിയാകുന്നു...

മരണാനന്തര ചടങ്ങുകളുടെ ചിട്ടവട്ടങ്ങൾ വീക്ഷിച്ച്, ചന്ദനമാല ചാർത്തിയ ഫോട്ടോയിൽ നിന്നും, ചെറുതായി ഒന്ന് ചിരിച്ചാലോ എന്ന സന്ദേഹവുമായി, അദ്ദേഹം എല്ലാത്തിനും സാക്ഷിയായി ഉമ്മറത്തിരുന്നു...

മക്കളോട് പോലും സ്നേഹത്തിന്റെ ധാരാളിത്തം കാട്ടാനറിയാത്ത സ്നേഹനിധിയായ പിതാവ്... 32 വർഷക്കാലത്തെ ബന്ധത്തിനിടയിൽ എന്നും മരുമകനായല്ല, മകനായി തന്നെ എന്നെ കണ്ട് എല്ലാ കാര്യങ്ങളും തുറന്നു സംസാരിച്ചു. അതേ സ്വാതന്ത്ര്യത്തോടെ ചെറുതും വലുതുമായ ചില കാര്യങ്ങളൊക്കെ എന്നോട് പറഞ്ഞു. അവസാന നാളുകളിൽ, ആശുപത്രി കിടക്കക്കരികിൽ കൂട്ടിരിക്കാനും ശുശ്രൂഷിക്കാനും എനിക്കും കിട്ടി ചില അവസരങ്ങൾ... അപ്പോൾ വാചാലമായി സംസാരിച്ചു, താനൊരു രോഗിയേ അല്ല എന്ന മട്ടിൽ. ഇനിയും ഞാൻ ഒരുപാട് കാലം ഇവിടെ നിങ്ങൾക്കൊപ്പം ഉണ്ടാകുമെന്ന ഉറച്ച വിശ്വാസത്തോടെ...

പഞ്ചായത്ത് വകുപ്പിലെ സുദീർഘമായ ഔദ്യോഗികജീവിതത്തിൽ, ചട്ടങ്ങളും വകുപ്പുകളും മനപ്പാഠമായ എമ്പ്രാന്തിരി സാർ സഹപ്രവർത്ത കർക്ക് ഒരു റഫറൻസ്ഗ്രന്ഥം ആയിരുന്നു എന്നും.. ജീവിതയാത്രയിൽ ദുരന്തങ്ങൾ വേട്ടയാടിയപ്പോഴും മറ്റുള്ളവർക്ക് ആശ്വാസവും ആരോഗ്യവും പകർന്നു നൽകുന്ന ഹോമിയോപ്പതി ചികിത്സ ഒരു സേവനതപസ്യ യായി അന്ത്യം വരെ കൂടെ കൊണ്ടുനടന്നു.

ബന്ധുക്കൾക്കും നാട്ടുകാർക്കും പ്രതിഫലേച്ഛയില്ലാതെ നടത്തുന്ന ആ ചികിത്സ വലിയ അളവിൽ ആശ്വാസമായി. സ്വന്തം പേരക്കുട്ടികൾ ക്ക് എന്ത് അസുഖം വന്നാലും മുത്തശ്ശന്റെ മധുരമുള്ള മരുന്ന് ഗുളികകൾ തന്നെയായിരുന്നു ആശ്വാസവും ആശ്രയവും...

അമ്മയെ (സ്വന്തം ഭാര്യയെ) ഉഗ്രവിഷമുള്ള അണലി കടിച്ച് ഗുരു തരാവസ്ഥയിൽ ആയപ്പോഴും അദ്ദേഹം താൻ വിശ്വസിച്ചു ചെയ്യുന്ന ചികിത്സാ സിദ്ധാന്തത്തിൽ ദൃഢചിത്തനായി ഉറച്ചുനിന്ന് ഹോമിയോ പ്പതി ചികിത്സാ ക്രമങ്ങളുമായി സധൈര്യം മുന്നോട്ടു പോയി.ആരുടെ വിമർശനങ്ങൾക്കും വാക്കുകൾക്കും അദ്ദേഹം ചെവികൊടുത്തില്ല.

നാളുകൾ നീണ്ട ചികിത്സകൾക്ക് ഒടുവിൽ അമ്മ പൂർണമായും വിഷ വിമുക്തയായി ആരോഗ്യം വീണ്ടെടുത്തു. സ്വന്തം വിശ്വാസത്തിലൂന്നിയ ദൃഢനിശ്ചയത്തിന്റെ ഏറ്റവും മികച്ച പ്രതി ഫലനമായിരുന്നു അത്.

മലയാള സാഹിത്യത്തിൽ അവഗാഹം നേടിയ അച്ഛൻ നിരവധി കവിതകളും ലേഖനങ്ങളും രചിച്ചു. ദേവീദേവന്മാരുടെ സ്തുതി ഗീതങ്ങൾ ആയിരുന്നു ഏറെയും.

അന്ത്യനാളുകളിൽ, തന്നെ ഗ്രസിച്ച രോഗത്തിന്റെ ഭീകരാവസ്ഥയെ ക്കുറിച്ച് പോലും അദ്ദേഹം കവിതയെഴുതി.

അധ്യാത്മികതയ്ക്ക് വേണ്ടി സ്വയം സമർപ്പിച്ച ജീവിതവഴികളിൽ അമ്പലങ്ങളിൽ പ്രഭാഷണ പരമ്പരകൾ നടത്തി. ബ്രാഹ്മണ്യത്തിന്റെ ചടങ്ങുകളിലും ക്രിയാദികളിലും ഉള്ള അവഗാഹം സമൂഹത്തിന് പല സന്ദർഭങ്ങളിലും സജീവ സാന്നിധ്യത്തിലൂടെ അനുഗ്രഹമായി നൽകി.

മഴ തകർത്തു പെയ്യുന്ന കർക്കിടക സന്ധ്യകളിൽ ഒരു ദിവസം പോലും മുടങ്ങാതെ കക്കാട്ട് മഹാവിഷ്ണുക്ഷേത്രത്തിൽ രാമായണ പാരായണം ഒരനുഷ്ഠാനം പോലെ വർഷങ്ങളോളം നിർവഹിച്ചു പോന്നു. ചിലപ്പോൾ ശ്രോതാക്കൾ ആരുമില്ലാതെ ഭഗവത് സന്നിധിയിൽ കോരിച്ചൊരിയുന്ന മഴയിൽ, ഇടറിയതെങ്കിലും സുവ്യക്തവും പ്രശാന്ത ഗംഭീരവുമായ ആ ശബ്ദം അലയടിച്ചു കൊണ്ടേയിരുന്നു. ചിലപ്പോൾ ഒപ്പം ഞങ്ങളും ഉണ്ടായിരുന്നു.

അന്ത്യനിമിഷങ്ങളിൽ തുളസീജലം നൽകി വിടചൊല്ലിയിട്ടും ഭൗതീക ശരീരം അഗ്നിനാളങ്ങൾ ഏറ്റുവാങ്ങിയിട്ടും അവിശ്വസനീയമായി തന്നെ അവശേഷിക്കുന്ന ആ അസാന്നിധ്യം...

പ്രിയപ്പെട്ടവരുടെ വേർപാട് സൃഷ്ടിച്ച വേദനകൾ മാഞ്ഞിട്ടും മായാതെ നാം ചോദിച്ചു കൊണ്ടേയിരിക്കുന്ന അവർ ഇപ്പോൾ എവിടെ? എങ്ങിനെ? എന്ന്.

ഒരു പക്ഷേ അതു തന്നെയായിരിക്കാം വേദനാജനകമായ ആ സത്യം നമ്മെ ബോധ്യപ്പെടുത്തുന്നതും...

നിനവുകളിൽ നിറയുന്ന നാരായണേട്ടൻ

ഞാൻ പടന്നക്കാട് നെഹ്റു കോളേജിൽ ഡിഗ്രിക്ക് പഠിക്കുന്ന കാലം... എഴുപതുകളുടെ അവസാനം. അന്ന് ഞാൻ പതിവായി കോളേജിൽ പോകുന്ന പഴക്കമേറെയുള്ള ചുകന്ന സി എം ബി എസ് ബസ്സിൽ പിറകിലെ സീറ്റിലൊന്നിൽ മിക്കപ്പോഴും ഒരു യാത്രക്കാരൻ ഉണ്ടാകാറുണ്ട്. 45 വയസ്സെങ്കിലും തോന്നിക്കുന്ന നന്നായി വേഷം ധരിച്ച ഒരാൾ.. മറ്റൊന്നും തന്നെ ശ്രദ്ധിക്കാതെ മനോരമ വാരികയിലെ നീണ്ടകഥകളുടെ വായനയിൽ മുഴുകിയിരിക്കുന്ന ഒരാൾ...

പിന്നീട് ഒരിക്കൽ സിൻഡിക്കേറ്റ് ബാങ്കിൽ പോയപ്പോൾ ജോലിയിൽ മുഴുകിയ അദ്ദേഹത്തെ അവിടെ കണ്ടു. ബാങ്ക് ഉദ്യോഗസ്ഥൻ ആണെന്ന് മനസ്സിലായി. കോളേജ് മേറ്റ് മേക്കാട്ട് കേശവൻ പറഞ്ഞ് കൂടുതൽ കാര്യങ്ങൾ അറിഞ്ഞു. കക്കാട്ട് നാരായണപട്ടേരി ആണ് അദ്ദേഹം. അനേകം ക്ഷേത്രങ്ങളുടെ തന്ത്രി വര്യൻ...

വർഷങ്ങൾ കടന്നു പോയി. ഞാൻ ഭാര്യയും മകനുമൊത്ത് 1993 ൽ ചേടിറോഡ് നൈമിശാരണ്യത്തിൽ താമസം തുടങ്ങിയപ്പോൾ തൊട്ടടുത്ത അയൽവാസിയായി നാരായണേട്ടനും പത്നി സാവിത്രിയേച്ചിയും മക്കളും ഉണ്ടായിരുന്നു. അങ്ങിനെ 28 വർഷങ്ങൾക്ക് മുമ്പ് ആരംഭിച്ച അടുപ്പം സ്നേഹോഷ്മളമായി ഇന്നും തുടരുന്നു. കാലം കഴിയുന്തോറും ഇഴയടുപ്പം വർദ്ധിച്ച്...

ചേട്ടൻ ഇല്ലാത്ത എനിക്ക് നാരായണേട്ടൻ മൂത്ത ജേഷ്ഠസഹോദരനായി.അവൾക്ക് നാരായണേട്ടനും സാവിത്രിയേച്ചിയും സ്വന്തം ചേട്ടനും ചേച്ചിയും ആയി. മകന് നല്ല മാമനേയും മാമിയെയും കിട്ടി. പിന്നെ

അവന് കൂട്ടുകൂടാൻ അവരുടെ മക്കൾ വീണയും വിനീതും ചേച്ചിയും ചേട്ടനും ആയി.

ഞങ്ങൾ പുതിയ വീട് വെക്കുന്നതിന് മുമ്പ് തട്ടി കൂട്ടിയ ചെറിയ ഒരു ഷെഡ്ഡിൽ ആയിരുന്നു അമ്മയുടെ മരണം. അന്ത്യനിമിഷങ്ങളിൽ അമ്മയ്ക്ക് തുളസീ തീർത്ഥം നൽകി നാരായണേട്ടൻ ശരിക്കും എന്റെ ജ്യേഷ്ഠനായി...

സന്തോഷങ്ങളും സങ്കടങ്ങളും ഞങ്ങൾ ഒരുമിച്ച് തന്നെ പങ്കിട്ടു...ഒപ്പം നിരവധി രുചി വിഭവങ്ങളും...

വർഷങ്ങൾ വീണ്ടും കടന്നുപോയപ്പോൾ എന്റെ മകന്റെ വിവാഹ ചടങ്ങുകൾ വന്നപ്പോൾ നാരായണേട്ടനും സാവിത്രിയേച്ചിയും ഒപ്പം നിന്ന് സകല കാര്യങ്ങൾക്കും നേതൃത്വമേകി.. ക്യാഷ് ബാഗ് കയ്യിലേന്തി നാരായണേട്ടൻ എല്ലായിടത്തും ഓടി നടന്ന് കാര്യങ്ങൾ ഭംഗിയാക്കി. വധൂവരന്മാരെ റിസപ്ഷൻ ഓഡിറ്റോറിയത്തിലേക്ക് സ്വീകരിച്ചതും അവർ തന്നെ...

മതസൗഹാർദ്ദത്തിൽ അടിയുറച്ചതായിരുന്നു നാരായണേട്ടന്റെ വിശ്വാസങ്ങളും ആചാരരീതികളും അനുഷ്ഠാന ക്രമങ്ങളും... ക്രിസ്ത്യൻ ദേവാലയത്തിൽ നിന്നെത്തിയ പുരോഹിതനെ അമ്പലമുറ്റത്ത് വെച്ച് തന്ത്രിവര്യൻ നാരായണപട്ടേരി സ്വീകരിച്ചാശീർവദിക്കുന്ന ചിത്രങ്ങൾ വാർത്താ പ്രാധാന്യത്തോടെ പ്രമുഖ പത്രങ്ങളിൽ അച്ചടിച്ചുവന്നു. മുമ്പ് നീലേശ്വരം രാജകുടുംബത്തിൽ പുതിയ രാജാവിനെ സ്ഥാനാരോഹണ

ച്ചടങ്ങിൽ നാരായണേട്ടൻ അരിയിട്ടു വാഴിച്ച വാർത്തയുടെ അതേ പ്രാധാന്യത്തോടെ...

ജാതി മതങ്ങൾക്കും ധനികദരിദ്ര വ്യത്യാസങ്ങൾക്കും സ്ഥാനമാനങ്ങൾക്കും അതീതമാണ് അനുപമമായ ആ വ്യക്തി വൈശിഷ്ട്യം.

ജീവിതത്തിലെ നിരവധി പ്രയാസങ്ങളെയും പ്രതിസന്ധികളെയും അദ്ദേഹം തരണം ചെയ്തത് തികഞ്ഞ ആധ്യാത്മികതയുടെയും അടിയുറച്ച ദൈവ വിശ്വാസത്തിന്റെയും പിൻബലത്തോടെ ആയിരുന്നു.

ശാന്തതയോടെ, ആത്മനിയന്ത്രണത്തോടെ, അദ്ദേഹം ആപത് സന്ധികളെ തരണം ചെയ്തു. സങ്കീർണ്ണങ്ങളായ നിരവധി ശസ്ത്രക്രിയകൾ ചെയ്തിട്ടു കൂടി നാരായണട്ടേനും സാവിത്രിയേച്ചിയും ദീർഘദൂര വിനോദയാത്രകൾ നടത്തി. ഞങ്ങളൊന്നിച്ച് 2015 ഫെബ്രുവരിയിൽ പത്ത് ദിവസത്തെ ദുബായ് ടൂർ നടത്തിയത് ഓർമ്മയിൽ എന്നും തങ്ങി നിൽക്കുന്ന ഒന്നാണ്.

ജോലിയിൽനിന്ന് വിരമിച്ചശേഷം നാരായണേട്ടന് ഏതാണ്ട് മൂന്നര വർഷക്കാലം തിരുവനന്തപുരം ശ്രീപത്മനാഭസ്വാമി ക്ഷേത്രത്തിൽ പെരിയ നമ്പിയായി പ്രവർത്തിക്കാനുള്ള മഹത്തായ നിയോഗവും ലഭിച്ചു. സ്ഥാനാരോഹണ സമയത്തും പിന്നീട് പല തവണയും ഞങ്ങൾ ശ്രീപത്മനാഭസ്വാമി ക്ഷേത്രത്തിൽ എത്തി നാരായണേട്ടന്റെ പദവിയുടെ ഔന്നത്യവും മഹാത്മ്യവും നേരിൽ കണ്ടു. നമ്പിമഠത്തിന്റെ നവീകരണം മുതലായ പല നല്ല കാര്യങ്ങളും തന്റെ കാലയളവിൽ നാരായണേട്ടൻ ഭംഗിയായി നിർവഹിച്ചു.

അപകടത്തിൽ എന്റെ വലംകൈ തകർന്നപ്പോഴും പിന്നീടുണ്ടായ ജന്മദിനത്തിലും വിശേഷാൽ വഴിപാടുകൾ നടത്തി നാരായണേട്ടൻ അനന്തപുരിയിൽ നിന്ന് അനുഗ്രഹാശിസ്സുകൾ ചൊരിഞ്ഞു.

അർപ്പണബോധമാർന്ന അനുഷ്ഠാന ചടങ്ങുകളിലൂടെ... നിസ്വാർത്ഥമായ നിരുപമ സ്നേഹത്തിലൂടെ... ലാളിത്യമാർന്ന ജീവിത ശൈലിയിലൂടെ മാതൃകയാവുകയാണ് നാരായണേട്ടന്റെ സമുന്നതമായ വ്യക്തിത്വം...

പ്രശ്നസങ്കീർണമായ ജീവിതയാത്രയിൽ പ്രഭാപ്രസരമായി നാരായണേട്ടനെ പോലുള്ള ചില അപൂർവ്വ ധന്യതകളുണ്ടാകും നമുക്ക് സ്നേഹത്തിന്റെ കുളിർമയും, കരുതലുമായി, ആശ്വാസവും ആത്മവിശ്വാസവുമായി വഴികാട്ടാൻ... ഇത്തരം അനുഗ്രഹങ്ങളെ മനസ്സുകൊണ്ടെങ്കിലും ഒന്ന് നമിക്കാതെ നമുക്ക് കടന്നു പോകാൻ കഴിയില്ല...

ഈ ഓർമ്മക്കുറിപ്പ് സ്നേഹാദരങ്ങളോടെ നാരായണേട്ടന് സമർപ്പിക്കുന്നു.

അന്തർമുഖനും ബഹിർമുഖിയും...

AN INTR0VERT AND AN EXTR0VERT...

അന്നൊരു നാൾ കിനാവിൽനിന്നും ആരോ കുറുകി... ആരാണ് അന്തർമുഖൻ?

അത് ഞാൻ തന്നെ... അപ്പോൾ ആരാണ് ബഹിർമുഖി?

അത് അവൾ തന്നെ... അവളെന്നു വച്ചാൽ...?

അവൾ തന്നെ...

എന്റെ പത്നി !സഹയാത്രിക!

ഓ അത് ശരി...,

പിന്നെ എന്താണ് ശരിയല്ലാത്തത്?

അല്ല ഒരു അന്തർമുഖനും ബഹിർമുഖിയും ഒന്നിച്ച്...

ഇത്ര കാലം... അതും ഇങ്ങിനെ... പ്രശ്നങ്ങളൊന്നുമില്ലാതെ...

എങ്ങിനെ?

അത് പിന്നെ,

മാതൃകാ ദമ്പതികൾ,

Made for Each Other എന്നൊക്കെ ആണല്ലോ നിങ്ങളെ കുറിച്ച് എല്ലാവരും പറയാറുള്ളത്...

ഓ ! ശരിയാണല്ലോ. പരസ്പര വൈരുധ്യങ്ങൾ കണ്ടുമുട്ടിയതും ജീവിതയാത്ര ഒന്നിച്ച് ആകാം എന്ന് തീരുമാനിച്ചതും എല്ലാം യാദൃശ്ചികത മാത്രമാണോ? അല്ലെങ്കിൽ ദൈവനിശ്ചയം ആണോ? അതോ നിയോഗമാണോ? അറിയില്ല...

കാന്തത്തിന്റെ സമാന ധ്രുവങ്ങൾ വികർഷിക്കപ്പെടുന്നു. വിപരീത ധ്രുവങ്ങൾ ആകർഷിക്കപ്പെടുന്നു. ഈ ഭൗതീക ശാസ്ത്രതത്വത്തിന് ഇവിടെ എന്തെങ്കിലും പ്രസക്തി? ആവോ? അതും അറിയില്ല. പിന്നെ എന്തറിയാം? അവളുടെ വട്ടുകൾക്ക് ഞാനും എന്റെ വട്ടുകൾക്ക് അവളും കൂട്ടുനിന്നു... ഒപ്പംകൂടി. അങ്ങിനെ പരസ്പര വൈരുധ്യങ്ങൾ പരസ്പരപൂരകങ്ങളായി.

ചെറിയ ചെറിയ കാര്യങ്ങളിൽ ഞങ്ങൾ വലിയ വലിയ സന്തോഷങ്ങൾ കണ്ടെത്തി. ജീവിതത്തിന്റെ ഏകാന്തത മാറ്റാൻ ഞങ്ങൾ കൊച്ചുകൊച്ചു കാര്യങ്ങൾ കണ്ടെത്തി അവയ്ക്കെല്ലാം പിറകെ പോയി.

ജീവിതയാത്ര 35 വർഷങ്ങൾക്ക് മുമ്പ് ആരംഭിച്ചപ്പോൾ വഴികൾ ഒന്നും പൂക്കൾ വിരിച്ചതായിരുന്നില്ല, നിറയെ കല്ലുകളും കുപ്പിച്ചില്ലുകളും പാമ്പുകളും പാരകളും പഴുതാരകളും ഒക്കെ നിറഞ്ഞവയായിരുന്നു.

അതിനെയൊക്കെ എതിരിടാൻ, നേരിടാൻ ഞങ്ങൾ സാമ്പത്തിക സുരക്ഷിതത്വത്തിന്റെ ശീതളിമ ഇല്ലാഞ്ഞിട്ടുകൂടി അകലെ നഗരങ്ങളിലേക്ക് പോയി, അവിടെയൊക്കെ അലഞ്ഞുനടന്നു... യാഥാർത്ഥ്യങ്ങളുടെ കൂർത്ത മുള്ളുകൾ തറക്കാതിരിക്കാൻ നല്ല ചെരിപ്പുകളും ഷൂസുകളും ഒക്കെ വാങ്ങി ധരിച്ചു... ഭംഗിയുള്ള പ്ലാസ്റ്റിക് പൂക്കൾ വാങ്ങി... മകന് കളിപ്പാട്ടങ്ങൾ വാങ്ങി...

ബഹിർമുഖിയായ അവളെ സന്തോഷിപ്പിക്കാൻ വിവാഹങ്ങൾക്കും ഉത്സവങ്ങൾക്കും ബന്ധുമിത്രാദികളുടെ ഗൃഹസന്ദർശനങ്ങൾക്കും അമ്പലങ്ങളിലേക്കുംഞാൻ അവളെയും കൂട്ടി ബൈക്കിൽ പറന്നു ചെന്നു... പുസ്തകശാലകളിലും ഏകാന്തതയുടെ മൂകത മൂടിയ എന്റെ ഇഷ്ട സങ്കേതങ്ങളിലും അവൾ എനിക്ക് കൂട്ടു വന്നു...

കുറച്ചു നാളത്തെ കാത്തിരിപ്പിന് ശേഷം ഇഷ്ടജോലി അവളെ തേടിയെത്തി. അവൾ അധ്യാപികയായി. തീരെ താൽപര്യമില്ലാത്ത അധ്യാപനത്തിനോടും മാർക്കറ്റിംഗിനോടും വിടചൊല്ലി ഞാനും എന്റെ ഇഷ്ട മേഖലയിലേക്ക് തിരിഞ്ഞു... കാണാമറയത്ത് ഇരുന്ന് എപ്പോഴും കുത്തികുറിച്ചു കൊണ്ടിരിക്കുന്ന ജോലി... പരസ്യമേഖലയിൽ കോപ്പിറൈറ്റിംഗ്/ കണ്ടൻറ് ക്രിയേറ്റർ. കല്ലുവെച്ച നുണകൾ എഴുതി പിടിപ്പിക്കാം, ഇഷ്ടം പോലെ... പക്ഷേ ഞാൻ ജീവിതത്തിൽ നുണകൾ കഴിയുന്നത്ര ഒഴിവാക്കി.

തെല്ലകലെ മാറിനിന്ന്, നിസ്സംഗനായി നിർന്നിമേഷം അവളുടെ അവസ്ഥാന്തരങ്ങൾ ഞാൻ വീക്ഷിച്ചു കൊണ്ടിരുന്നു... പ്രണയിനിയായും പത്നിയായും അമ്മയായും അധ്യാപികയായും വർഷങ്ങൾ പിന്നിട്ടപ്പോൾ അമ്മായിയമ്മയായും അച്ഛമ്മയായും അവൾ വേഷങ്ങൾ ഭംഗിയായി കെട്ടിയാടുന്നത് ഞാൻ വിസ്മയത്തോടെ നോക്കി നിന്നു...

കാലത്തിന്റെ അകലങ്ങൾ അവളിൽ വരുത്തിയ മാറ്റങ്ങൾ ഞാൻ കൗതുകത്തോടെ കണ്ടു. നന്നെ മെല്ലിച്ച അവൾ ഇന്ന് തടിച്ചി ആയിട്ടുണ്ട്. കണ്ണുകളെ മറക്കുന്ന ചില്ലുകൾ അന്നുണ്ടായിരുന്നില്ല. അപകടങ്ങളെയും ആരോഗ്യ പ്രശ്നങ്ങളെയും അവൾ അതി വിദഗ്ധമായി നേരിട്ടു. കുട്ടികളോടും സഹപ്രവർത്തകരോടും പടകൂടി പടകൂടി നാവിനു ഇത്രമാത്രം അരവും കൂടി...

സർക്കാർ വിദ്യാലയങ്ങൾ മാറി മാറി ചെല്ലുമ്പോൾ സ്കൂളിലെ അവളുടെ അനുഭവ വിവരണങ്ങളും മാറി മറിഞ്ഞു. ഇഷ്ടവും അനിഷ്ടവും, നല്ലതും ചീത്തയും, മേലധികാരികളുടെ അധികാര ദുർവിനിയോഗങ്ങളും വിദ്യാർത്ഥികളുടെ കേസ് ഡയറികളും സംസാരത്തിൽ വന്നു നിറഞ്ഞു... വിദ്യാലയങ്ങളിലെ അന്തരീക്ഷം വീട്ടിലും ചിലപ്പോൾ തെളിച്ചമായും അല്ലെങ്കിൽ കാർ മേഘാവൃതമായും പ്രതിഫലനം സൃഷ്ടിച്ചു.. സ്കൂളുമായി ബന്ധമൊന്നുമില്ലാത്ത ഞാൻ പലപ്പോഴും നിസ്സഹായനായ നിഷ്പക്ഷനായ കേൾവിക്കാരൻ ആയി മാറി...

അന്തർമുഖനോട് ബഹിർമുഖി സംസാരിച്ചുകൊണ്ടേയിരുന്നു... അല്ലെങ്കിലും അത് അങ്ങനെയാണത്രേ! സ്ത്രീകളുടെ vocal cords (സ്വരനാള പാളികൾ) ചലിപ്പിക്കാൻ കുറച്ചു വായു മാത്രം മതി. പക്ഷേ പുരുഷന്മാരുടേത് ചലിപ്പിക്കാൻ വായു കുറച്ച് അധികം തന്നെ വേണം... അതുകൊണ്ടാണത്രേ പെണ്ണുങ്ങൾക്ക് അനായാസമായി, അനർഗളമായി, അവിരാമമായി സംസാരിച്ചു കൊണ്ടിരിക്കാൻ കഴിയുന്നത്... പെൺകുട്ടികളെ കിലുക്കാംപെട്ടി (Chatter Box) എന്ന് വിളിക്കുന്നതും അതുകൊണ്ട് തന്നെയാണ്...

അല്ലെങ്കിലും അവൾ അതിന് മുൻകൂർ ജാമ്യം എടുത്തിരുന്നു. പ്രണയിനി ആയിരിക്കുമ്പോൾ അവൾ കൗമാര ചാ പല്യമായി കുറിച്ചിട്ട കവിതകളിൽ ചില വരികൾ അടിവരയിട്ട എനിക്ക് നൽകിയിരുന്നു അതിലൊന്ന് "പറയുവാനുണ്ടെനി ക്കൊത്തിരി കാര്യങ്ങൾ പകലടങ്ങു വാൻ കാത്തിരിക്ക നീ'' എന്നിങ്ങനെയായിരുന്നു...

കവി അല്ലാതിരുന്നിട്ടു കൂടി ഞാൻ അതിന് മറുകുറി എഴുതി...

"പകലൊടുങ്ങുവാൻ ഏറെയുള്ളീ വേളയിൽ നീ കഥിക്ക നിൻ ഒത്തിരി കാര്യങ്ങൾ...''

അപ്പോൾ പിന്നെ പറഞ്ഞിട്ട് കാര്യമില്ലല്ലോ. പക്ഷേ പിന്നീട് കവിതകൾ അധികമൊന്നും വിടർന്നതായി കണ്ടില്ല.

ഏതാണ്ട് 30 വർഷത്തെ അധ്യാപനത്തിന് ശേഷം ആൾ വിരമിക്കു മ്പോൾ, യാത്രയയപ്പുകൾ ഏറ്റു വാങ്ങുന്ന തിരക്കിലും മഹാമാരിയുടെ മ്ലാനതകൾ ഒഴിച്ചാൽ, വിരമിക്കൽ അവളിൽ വേർപാടിന്റെ നൊമ്പര മൊന്നും ഉണ്ടാക്കിയതായി തോന്നുന്നില്ല... കാരണം കൊച്ചിയിലെ ഒരു ചെറിയ വലിയ ഇഷ്ടത്തിന് അടുത്തേക്ക് ഓടി ചെല്ലാൻ വെമ്പുകയാണ് അവളുടെ അച്ഛമ്മ മനസ്സ്...

യാത്രയയപ്പ് ചടങ്ങിന് ഇറങ്ങുന്ന അവളോട് ഞാൻ പറഞ്ഞു...

നീ അവരുടെ സഹപ്രവർത്തക അല്ലാതാവുകയാണ്. പക്ഷേ എന്റെ സഹയാത്രിക അല്ലാതാകുന്നില്ല... അതിന് ജീവിതത്തിൽനിന്ന് നമ്മളിൽ ഒരാൾ വിരമിക്കണം. അല്ലെങ്കിലും സ്ഥായീഭാവമുള്ള സ്ഥാനം അതൊന്നു മാത്രമാണല്ലോ...

ഓർമ്മകളുണ്ടായിരിക്കണം... ഒക്കെയും വഴിയോരക്കാഴ്ചകളായ്...

പിറകിലേക്കോടി മറഞ്ഞിരിക്കാം... പാതിയിലേറെ കടന്നുവല്ലോ വഴി...!

(സഫലമീ യാത്ര,
എൻ എൻ കക്കാട്)

അച്ഛന്റെ അഭിനന്ദനം

നന്നായി മഴ പെയ്യുന്നുണ്ട്...

മഴ പെയ്തിറങ്ങട്ടെ...

മഴയെ, ആർക്കും ഒന്നിനും തടുത്തുനിർത്താൻ പറ്റില്ല...

അത് പെയ്ത കൊണ്ടേയിരിക്കും... ഓർമ്മകളും അതുപോലെ അല്ലേ? അവ മനസ്സിലേക്ക് പെയ്തിറങ്ങിക്കൊണ്ടേയിരിക്കും...

മഴക്കൊപ്പം ഈ രാത്രിയിൽ മനസ്സിലേക്ക് പെയ്തിറങ്ങിയത്, എന്താണെന്നറിയില്ല മൂന്ന് പതിറ്റാണ്ടുകൾക്ക് മുമ്പത്തെ ഒരു ഓർമ്മയാണ്... പഴയ വീടിനെക്കുറിച്ച്, അച്ഛനെക്കുറിച്ച്, അമ്മയെക്കുറിച്ച്, എന്റെ ജീവിതത്തിലേക്ക് കടന്നു വന്നിട്ട് ഒരു വർഷം മാത്രമാകുന്ന എന്റെ സഹയാത്രികയെ കുറിച്ച്... എത്ര വേഗമാണ് വർഷങ്ങൾ ഓടി മറഞ്ഞത്...

അന്നും ഒരു മഴക്കാലമായിരുന്നു. ഞാൻ പനി പിടിച്ച് കിടക്കുകയാണ്. തലവേദനയും ഛർദ്ദിയും ഒപ്പം കൂട്ടിനുണ്ട്.. കൊല്ലത്തിലൊരിക്കൽ എന്താണെന്നറിയില്ല, അവർ പതിവ് തെറ്റാതെ വരുന്ന വിരുന്നുകാരായിരുന്നു അന്നൊക്കെ... രണ്ട് മൂന്ന് ദിവസം കഴിഞ്ഞാൽ യാത്ര പറയാതെ പോകും. അത്രതന്നെ...

ഈ വർഷവും അവർ വന്നു. പനി,ഛർദ്ദി, തലവേദന, ക്ഷീണം... കിടക്കയിൽ നിന്നും എഴുന്നേൽക്കാൻ പോലും പറ്റുന്നില്ല. ഭക്ഷണം തീരെ വേണ്ട.

എനിക്കാണെങ്കിൽ ടൗണിൽ ചെന്ന് ചെയ്യേണ്ട നിരവധി കാര്യങ്ങളുണ്ട്. ഒന്നും കാലേകൂട്ടി ചെയ്ത തീർക്കാൻ കഴിഞ്ഞില്ല. അവർ വരുന്നത് യാതൊരു മുന്നറിയിപ്പുമില്ലാതെ ആണല്ലോ...

ഡോക്ടറെ കണ്ട് മരുന്നു വാങ്ങണം. വീട്ടിലേക്ക് അല്ലറ ചില്ലറ സാധനങ്ങൾ വാങ്ങണം. ബാങ്കിൽ ചെന്ന് ചെക്ക് മാറി എടുക്കണം... അങ്ങനെ അങ്ങനെ ഞാൻ സാധാരണ ചെയ്തു വരാറുള്ള കാര്യങ്ങൾ... അച്ഛനാണെങ്കിൽ ചെറിയ ആരോഗ്യ പ്രശ്നങ്ങൾ നിമിത്തം പുറത്തേക്ക് ഇറങ്ങാറില്ല. പിന്നെ ഇത്തരം കാര്യങ്ങൾ ചെയ്ത് ഒട്ടും പരിചയമോ ശീലമോ ഇല്ല.

ഓർക്കണം... അന്ന് കാലം എൺപതുകളുടെ അവസാനം. എടിഎം, ഓൺലൈൻ ബാങ്കിംഗ്, സ്മാർട്ട് ഫോൺ, എന്നിവയൊക്കെ തികച്ചും അജ്ഞാതമായ പദങ്ങൾ മാത്രം.. വിദൂര സ്വപ്നങ്ങളിൽ പോലും കടന്നുവരാത്തവ. എന്ത് ചെയ്യും എന്ന് വിഷമിച്ചപ്പോൾ അവൾ വന്നു... സഹയാത്രിക. പുറത്തേക്കു പോകാനുള്ള വേഷത്തിലാണ്. "കാര്യങ്ങളെല്ലാം പറഞ്ഞു തന്നാൽ മതി. ഞാൻ പോയി എല്ലാം ശരിയാക്കി വേഗം തിരിച്ചു വരാം.''

അവൾക്ക് അതെല്ലാം ചെയ്യാൻ പറ്റുമോ എന്ന് എനിക്ക് ഒട്ടും സംശയമുണ്ടായിരുന്നില്ല..വിദ്യാസമ്പന്ന... അധ്യാപിക... പക്ഷേ എന്തോ... ഇതുവരെ ഒന്നും ചെയ്തിട്ടില്ല. ചെയ്യേണ്ടി വന്നിട്ടില്ല.. ശീലിച്ചിട്ടില്ല.. എന്റെ സംശയം കണ്ട് അവൾ പറഞ്ഞു... "ഒന്നും പേടിക്കേണ്ട ഞാൻ മരുന്ന് വാങ്ങി പെട്ടെന്ന് വരാം'' പറഞ്ഞതുപോലെ എല്ലാ കാര്യങ്ങളും ഭംഗിയായി ചെയ്തു ഉദ്ദേശം ഒന്നരമണിക്കൂറിനുള്ളിൽ അവൾ തിരിച്ചെത്തി.

പതിവായി കാണുന്ന ഡോക്ടറെ കണ്ട് കാര്യങ്ങൾ പറഞ്ഞു മരുന്നുകൾ വാങ്ങി, ബാങ്കിൽ പോയി ചെക്ക് ക്യാഷ് ചെയ്തു, ആവശ്യം വേണ്ട സാധനങ്ങൾ എല്ലാം വാങ്ങി അവൾ വന്നു.

എനിക്ക് മരുന്ന് തരികയായിരുന്നു അവൾ. അപ്പോൾ ഉമ്മറത്ത് വായനയിൽ മുഴുകിയിരുന്ന അച്ഛൻ ഞാൻ കിടക്കുന്നിടത്തേക്ക് വന്നു. എന്നിട്ട് സന്തോഷത്തോടെ പറഞ്ഞു...'' ഇവൾ നിന്റെ സഹധർമ്മിണി മാത്രമല്ല.. സഹകർമ്മിണി കൂടിയായെന്ന് തെളിയിച്ചിരിക്കുകയാണ്. തീർച്ചയായും നിനക്ക് അഭിമാനിക്കാം. എനിക്ക് സമാധാനമായി. സന്തോഷവും... എല്ലാം നന്നായി വരും.''.

ഇത്രയും പറഞ്ഞു അച്ഛൻ വീണ്ടും വായനയുടെ ലോകത്തേക്ക് തന്നെ തിരിച്ചുപോയി.

അപ്പോൾ അച്ഛൻ കാര്യമെല്ലാം മനസ്സിലാക്കിയിരിക്കുന്നു.

എന്തുകൊണ്ടാണെന്നറിയില്ല, കണ്ണിൽ പടർന്ന നനവ് അവൾ കാണാതിരിക്കാൻ മുഖം തിരിച്ചു കൊണ്ട് ഞാൻ പറഞ്ഞു... "നിനക്ക് തീർച്ചയായും അഭിമാനിക്കാം. കാരണം അച്ഛന്റെ ഒരു അഭിനന്ദനം

ഒക്കെ കിട്ടുക എന്ന് പറഞ്ഞാൽ അത് ഒരു അത്യപൂർവ സംഭവമാണ്. "

അധ്യാപകനായിരുന്ന അച്ഛന്റെ നല്ല വാക്കുകളും അഭിനന്ദനങ്ങളും മാർക്ക് ഇടുന്നത് പോലെ വളരെ പിശുക്കി മാത്രമായിരുന്നു. നല്ല കാര്യങ്ങൾ കണ്ടാൽ മിക്കവാറും ഒരു മൂളലിലോ ഒരു തല കുലുക്കലിലോ അതിന്റെ പ്രതികരണമൊതുക്കും.

40 വർഷത്തെ സുദീർഘമായ അധ്യാപന ജീവിതത്തോട് വിടവാങ്ങി,പുറമേരി കടത്തനാട് രാജാസ് ഹൈസ്കൂളിലെ ഓഡിറ്റോറിയത്തിൽ ശിഷ്യന്മാർ കൂടിയായ സഹപ്രവർത്തകരും നൂറുകണക്കിന് വിദ്യാർഥികളും മുന്നിൽ നിരന്നിരിക്കുന്ന യാത്രയയപ്പ് വേളയിൽ സദസ്സിനോട് സംസാരിക്കവേ അച്ഛൻ പറഞ്ഞു... "എന്നിൽനിന്ന് അനുമോദനത്തിന്റെ യും അഭിനന്ദനത്തിൻ്റയും ഒക്കെ നല്ല വാക്കുകൾ നിങ്ങൾ കേട്ടിരിക്കാൻ ഇടയില്ല. നിങ്ങളുടെ തെറ്റുകളും കുറവുകളും ആണ് എന്റെ കാഴ്ചയിൽ ആദ്യം വന്നു പെടുക. നിങ്ങളുടെ ഉത്തരക്കടലാസുകളും കോമ്പോസിഷനുകളും ഒക്കെ നോക്കുമ്പോൾ തെറ്റുകൾ മാത്രം ചുവന്ന മഷിയിൽ അടയാളപ്പെടുത്തുന്നത് പോലെ...തെറ്റുകളും കുറവുകളും കണ്ടെത്തി നിങ്ങളെ ശകാരിക്കുമ്പോൾ നല്ല വശങ്ങൾ കാണാനും അഭിനന്ദിക്കാനും പലപ്പോഴും ഞാൻ മറന്നുപോയിരിക്കാം. നിങ്ങൾ യാതൊരു കുറവും കുറ്റവും ഇല്ലാത്തവരായി ഉയർന്നുവരണമെന്നുള്ള എന്റെ ആഗ്രഹം കൊണ്ടാണത്.. എന്റെ പരുഷ വാക്കുകൾ ക്ഷമിക്കുക പൊറുക്കുക..."

വാക്കുകൾക്ക് മാർദ്ദവമില്ലെങ്കിൽ, അവയുടെ ഉദ്ദേശശുദ്ധി കണ്ട് മാപ്പ നൽകുക... എന്ന മഹത് വചനത്തിന്റെ ഓരോർമ്മപ്പെടുത്തൽ...

ഒരു പുസ്തകപ്പിറവിയും പിൻതുടർച്ചകളും

അഞ്ച് വർഷം മുമ്പ് അതായത് 2016 ജൂലൈ 8ന് എറണാകുളത്ത് വച്ച് ബസ്സിൽ യാത്ര ചെയ്യവേ ഉണ്ടായ ഒരു അപകടമാണ് ഓട്ടോപതോഗ്രഫിയായ (രോഗാത്മകഥ) എന്റെ "ഇടംകൈവലം കൈയോട് പറഞ്ഞത്" എന്ന പുസ്തക രചനക്ക് നിമിത്തമായത്.

അപകടത്തിൽ വലംകൈയുടെ ചലനശേഷി പൂർണമായി നഷ്ടപ്പെട്ടിരുന്നു. കൊച്ചി മെഡിക്കൽ ട്രസ്റ്റ് ഹോസ്പിറ്റലിൽ രണ്ട് അടിയന്തര ശസ്ത്രക്രിയകൾക്ക് വിധേയനായി നീലേശ്വരത്ത് തിരിച്ചെത്തിയശേഷം മാസങ്ങൾ നീണ്ട ഫിസിയോ തെറാപ്പിയിലൂടെ, മർമ്മ ചികിത്സാവിദഗ്ധനായ ഡോക്ടർ വിനയകൃഷ്ണന്റെ ചിട്ടയൊപ്പിച്ച, കർശനമായ ചികിത്സാ ക്രമങ്ങളിലൂടെ മെല്ലെ മെല്ലെ ഏതാണ്ട് ഒന്നര വർഷത്തിന് ശേഷം വലംകൈ ഭാഗികമായ പ്രവർത്തനക്ഷമത കൈവരിച്ചു.

ഡോക്ടറുടെ നിർദേശപ്രകാരമുള്ള തടവൽ, ആവി കൊള്ളിക്കൽ, അഗ്നി കർമ്മം തുടങ്ങിയ ആയുർവേദ ചികിത്സാ വീഥികളിൽ എനിക്കും സഹയാത്രികയ്ക്കുമൊപ്പം മറ്റു ബന്ധുമിത്രാദികളും സ്നേഹസാന്ത്വനവും സഹകരണവും ആയി എന്നും ഞങ്ങൾക്കൊപ്പം നിന്നു.

പിന്നിട്ട രണ്ട് പതിറ്റാണ്ടുകളിലേറെക്കാലം പരസ്യമേഖലയിൽ കോപ്പിറൈറ്റർ എന്ന നിലയിൽ എഴുത്തിന് തന്നെയായിരുന്നു ജീവിതത്തിൽ പ്രാമുഖ്യം. അതിനാൽ എഴുതാതിരിക്കാൻ എനിക്ക് കഴിയുമായിരുന്നില്ല.

വലംകൈ ആംസ്ലിങ്ങിന്റെ സംരക്ഷണ കവചത്തിലായിരുന്ന അപകടത്തിന്റെ ആദ്യ നാലഞ്ചുമാസങ്ങളിൽ, ഞാൻ ഇടംകൈ

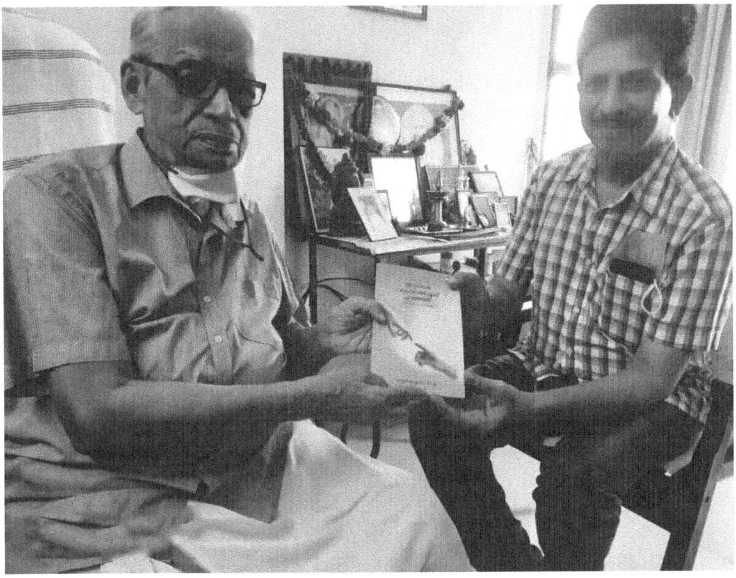

കൊണ്ട് എഴുതി. ആദ്യം സ്കെച്ച് പേന ഉപയോഗിച്ച് വളരെ മെല്ലെ തുടങ്ങിയ എഴുത്ത് പിന്നെ ബാൾപേനയിലേക്ക് മാറി സാധാരണ രീതിയിലുള്ള വേഗത കൈവരിച്ചു.

അപകടത്തെക്കുറിച്ചും ഇടംകൈ വലംകൈയോട് പറയുന്ന അധ്യായങ്ങളുമൊക്കെ എഴുതിയത് ഇടംകൈ യായിരുന്നു.

ഏതാണ്ട് ഒരു വർഷത്തിനു ശേഷം ഭാഗികമായ പ്രവർത്തനക്ഷമത കൈവരിച്ച വലംകൈ ഇടംകൈയിൽ നിന്ന് പേന പതിയെ ഏറ്റുവാങ്ങി. പുസ്തകത്തിലെ മറ്റ് അധ്യായങ്ങൾ എഴുതിത്തീർത്തത് വലംകൈ തന്നെയാണ്.

ചലനമറ്റ വലംകൈയുടെ ഒരു വിരൽ ആദ്യമായി മെല്ലെ അനങ്ങിയതും പിന്നീട് ക്രമേണ കൈ ചലനവേഗം കൈവരിച്ചതുമെല്ലാം അനുഗ്രഹീതവും ഏറെ വിസ്മയകരവുമായ അനുഭൂതികളായിരുന്നു.

ആയുർവേദം എന്ന അതിമഹത്തായ ചികിത്സാ സിദ്ധാന്തത്തിന്റെയും അത് അനുവർത്തിക്കാനായി ദൈവനിയോഗം പോലെ ഞങ്ങൾക്ക് മുന്നിലെത്തിയ വിനയ കൃഷ്ണൻ ഡോക്ടറുടെ ചികിത്സാ വൈദഗ്ദ്ധ്യത്തിന്റെയും ഏറ്റവും മികച്ച പ്രതിഫലനമായിരുന്നു വലംകൈയ്ക്ക് ലഭിച്ച പുനർജന്മം.

ചികിത്സ ക്രമങ്ങളുടെ ആദ്യനാളുകളിൽ, അനുഭവങ്ങൾ ഇടംകൈ കൊണ്ട് കുറിച്ചിടാൻ ശ്രമിക്കുന്ന കാര്യമറിഞ്ഞപ്പോൾ ഡോക്ടർ

പറഞ്ഞു... "പുസ്തകം പൂർത്തിയാക്കണം. നമുക്ക് പ്രസിദ്ധീകരിക്കണം. അവസാനത്തെ ഒരു അധ്യായം എങ്കിലും വലംകൈ എഴുതണം."

പുസ്തകം പൂർത്തിയാക്കണമെന്നും അത് വലംകൈ കൊണ്ട് തന്നെയായിരിക്കാൻ മഹാശക്തി അനുഗ്രഹിക്കട്ടെ എന്നും അപ്പോൾ പ്രാർഥിച്ചു.

പുസ്തകത്തിന്റെ ആദ്യ കോപ്പി വിനയകൃഷ്ണൻ ഡോക്ടർക്ക് സമർപ്പിക്കണമെന്നും ഞാൻ മനസ്സിലുറച്ചു...

പല കാരണങ്ങൾ കൊണ്ടും പുസ്തകരചന നീണ്ടുപോയി. കാര്യങ്ങൾ അറിഞ്ഞ ചില അഭ്യുദയകാംക്ഷികളും ബന്ധുമിത്രാദികളുമൊക്കെ പുസ്തകത്തിന്റെ കാര്യം എന്തായി എന്ന് ഇടയ്ക്കിടെ അന്വേഷിച്ചുകൊണ്ടിരുന്നു. ആ അന്വേഷണങ്ങൾ എഴുത്തിന് ചാലകശക്തിയായി.

പിന്നീടെല്ലാം പെട്ടെന്നായിരുന്നു. പുസ്തകം പ്രസിദ്ധീകരിച്ചു. ആദ്യ കോപ്പി വിനയകൃഷ്ണൻ ഡോക്ടർക്ക് സമർപ്പിച്ചുകൊണ്ട് ഞങ്ങൾ വാക്കു പാലിച്ചു. സന്തോഷത്തിന്റെ...

ചാരിതാർഥ്യത്തിന്റെ... നിമിഷങ്ങൾ.

ഏറ്റവും അടുത്ത ബന്ധുമിത്രാദികൾക്ക് Author's copy യിൽ നിന്നും കോപ്പികൾ സമ്മാനിച്ചു. മറ്റുള്ളവർ ഓൺലൈനായി പുസ്തകം വാങ്ങി വായിച്ചു.വ്യത്യസ്ത തുറകളിലുള്ളവരുടെ പ്രതികരണങ്ങൾ നേരിട്ടും മുഖ പുസ്തകത്തിലൂടെയും വാട്സാപ്പിലൂടെയും ലഭിച്ചപ്പോൾ ഏറെ സന്തോഷവും കൃതാർഥതയും അനുഭവപ്പെട്ടു.

പ്രഗൽഭ ഡോക്ടർമാർ പുസ്തകം വായിച്ചശേഷം അറിയിച്ചത്, അതിലെ അനുഭവങ്ങൾ തങ്ങളുടെ രോഗികളോടുള്ള സമീപനത്തിൽ മാറ്റം വരുത്താൻ പ്രേരകമായി എന്നായിരുന്നു. രോഗികൾക്ക്

പ്രചോദനവും ആശ്വാസവും നൽകുന്നതോടൊപ്പം ഡോക്ടർമാർക്ക് രോഗികളോടുള്ള കാര്യങ്ങളെ കുറിച്ച് മനസ്സിലാക്കാനും ഈ ഓട്ടോപ തോഗ്രഫി ഒട്ടേറെ സഹായകരമാണ് എന്നും അറിയിച്ചു.

Fb യിൽ അതിസൂക്ഷ്മ നിരീക്ഷണങ്ങളും വിശകലനങ്ങളും അടങ്ങിയ പുസ്തക അവലോകനങ്ങൾ അപഗ്രഥനങ്ങൾ എന്നിവ നിരവധി വന്നു കൊണ്ടിരുന്നു...

ഏറെ കൗതുകകരമായ ഒരു വസ്തുത പുസ്തകവായനയിൽ യാതൊരു താൽപര്യവും കാണിക്കാതിരുന്നവർ പോലും ഒറ്റയിരിപ്പിൽ പുസ്തകം വായിച്ചുതീർത്ത് അഭിനന്ദനങ്ങളും ആശംസകളും അറിയിച്ചു എന്നതാ യിരുന്നു...

ഏതാണ്ട് ഒന്നര രണ്ടു മണിക്കൂറിനുള്ളിൽ വായിച്ചു തീർക്കാവുന്ന 88 പേജുകൾ മാത്രം വരുന്നതായിരുന്നു "ഇടംകൈ വലംകൈയോട് പറഞ്ഞത് "എന്ന അതിജീവനത്തിന്റെ അനുഭവങ്ങൾ അടങ്ങിയ ഈ ആദ്യരചന.

വലംകൈയുടെ ജോലികൾ എല്ലാം ഏറ്റെടുത്തു ചെയ്തുകൊണ്ടിരി ക്കുന്ന ഇടംകൈയുടെ താക്കീതും ചെറിയ ശിക്ഷകളും ശകാരങ്ങളും സമാശ്വാസവും ചേർന്ന തുടക്കത്തിലൂടെ,

മെഡിക്കൽ ട്രസ്റ്റ് ഹോസ്പിറ്റലിൽ കിടക്കുമ്പോഴുള്ള ഭൂതകാല ചിന്ത കളിലൂടെ മുന്നോട്ടുപോയി,

കർശനമായ ചികിത്സയുടെ ചിട്ടവട്ടങ്ങളെക്കുറിച്ച് പ്രതിപാദിച്ച്, സ്നേഹ സാന്നിധ്യങ്ങളും ദിശാസൂചകങ്ങളുമായ ചില വ്യക്തിവൈശി ഷ്ട്യങ്ങളെ സ്മരിച്ച്, "ലാഭാനാം ശ്രേയ ആരോഗ്യം" എന്ന യുധിഷ്ഠിര വാക്യത്തെ പ്രണമിച്ച്, പ്രപഞ്ച സൗഖ്യത്തിനായി പ്രാർത്ഥിച്ചുകൊ ണ്ടാണ് വിട ചൊല്ലുന്നത്.

2021 മാർച്ച് 31ന് മരക്കാപ്പ് കടപ്പുറം ഗവൺമെൻറ് ഫിഷറീസ് ഹൈസ്കൂളിൽ വച്ച് സഹയാത്രികയുടെ യാത്രയയപ്പ് ചടങ്ങിൽ സ്കൂൾ ലൈബ്രറിയിലേക്ക് പുസ്തകം സമർപ്പിക്കുകയുണ്ടായി. ചടങ്ങിൽ ടീച്ചേഴ്സി ന്റെ വിശദമായ പുസ്തക അവലോകനവും അപഗ്രഥനങ്ങളും ഉണ്ടായിരു ന്നു. ഏറെ സാർഥകമായ ധന്യ മുഹൂർത്തങ്ങൾ ആയിരുന്നു അതെല്ലാം.

സ്കൂൾ വിദ്യാർത്ഥികളുടെ കുഞ്ഞുമനസ്സുകളിലും പുസ്തകത്തിന് ഇടം നേടാൻ കഴിഞ്ഞു എന്നുള്ളത് വളരെയധികം സന്തോഷകരമായ മറ്റൊരനുഭവമായിരുന്നു. അവർ പുസ്തകം വായിച്ച് അനുഭവങ്ങൾ കൂട്ടുകാർക്ക് കഥയായി പറഞ്ഞുകൊടുത്തു. വായനാ ദിനാചരണത്തിൽ പുസ്തകത്തെ കുറിച്ച് അവലോകനം നടത്തി. വിദ്യാർത്ഥികളെ പോലെ ചില അധ്യാപികമാരും സാമൂഹികമാധ്യമങ്ങളിൽ അതിസൂക്ഷ്മവും

അഗാധവുമായ പുസ്തകാപഗ്രഥനങ്ങൾ നടത്തി എന്നുള്ളത് മറ്റൊരു വലിയ അനുഗ്രഹവും അംഗീകാരവുമായി അനുഭവപ്പെട്ടു.

ഉപബോധമനസ്സിന്റെ ഏതോ ഉൾപ്രേരണയാൽ, രാത്രി ഏറെ വൈകി, ലോകം മുഴുവൻ ഉറങ്ങികിടക്കുമ്പോൾ, വഴങ്ങാത്ത വിരലുകൾ കൊണ്ട് വടിവില്ലാത്ത അക്ഷരങ്ങൾ കടലാസിലേക്ക് കുടഞ്ഞിടുമ്പോൾ എനിക്ക് വട്ടായി പോയോ എന്ന് ഞാൻ ഒരു വേള സംശയിച്ചു പോയിട്ടുണ്ട്. എങ്കിലും എങ്ങനെയോ എന്റെ അക്ഷരയാത്ര ഞാൻ തുടരുകയായിരുന്നു.

ഇപ്പോൾ, നിരവധി കോണുകളിൽ നിന്ന് അക്ഷരോപാസന തുടരണമെന്ന് അഭിപ്രായപ്പെട്ടുകൊണ്ട് അഭിനന്ദനങ്ങളും ആശംസകളും അനുഗ്രഹങ്ങളും ലഭിച്ചു കൊണ്ടിരിക്കുമ്പോൾ, അക്ഷരവഴിയിലെ എന്റെ യാത്രയ്ക്ക് അവ ഉണർവും ഊർജവുമേകുന്നു. പ്രയത്നങ്ങൾക്കിടയിലെ പ്രയാസങ്ങളകറ്റി പ്രയാണം തുടരാൻ ആ പ്രകാശകിരണങ്ങൾ പ്രചോദനമേകുന്നു...